மழையே இது

காதல் தானா

Published By

www.poetryworld.org

Mazhaiye ithu kaathal thaanaa

Written By Bhagyalakshmi

Published by: Poetry World Org.

Publisher's Address: Haryana

Printed under PWO in India

 Special credits to Ramyakalaivani.K, Dr.Niveditha and Dr.Nitin Chopra.

Edition: I (2022)

ISBN (Paperback) - 9789389959345

Book Design by POETRY WORLD

மழையே இது காதல் தானா

எழுதியவர்

பாக்யலட்சுமி

கதாசிரியர்

நாவல் கதைகள் எழுதுவதில்

ஆர்வம் மிக்கவர்,

வளர்ந்து வரும் தமிழ் எழுத்தாளர்களுள் ஒருவர்.

இவருடைய கவிதை படைப்பு எங்கள் பதிப்பகத்தின்

கவியும் கவிஞனும் புத்தகத்தில் காணலாம்.

மழையே இது காதல் தானா

மழையே இது காதல் தானா. இது ஒரு அழகான கற்பனை காதல் கதை. பருவக்காதலை நினைவுக்கூறும் வகையில் துவங்குகிறது இந்த கதை.

உள்ளடக்கம்

அத்தியாயம் -1

மார்கழி மாத குளிரில் உரைந்து போனவனாய் படுக்கையில் சுருண்டு ஒரு புழுப்போல படுத்துக்கொண்டு இருந்த எனக்கு கடிகார அலாரம் மணி 5.30 என்பதை காட்டியவுடன், எழுந்திருக்க மனமில்லாமல் உருண்டு பெரண்டு படுக்க ஏதோ நினைவுக்கு வந்தவனாய் சட்டென விழித்துவிட்டு கண்களை தேய்த்தபடி எழுந்தேன். என் ஜன்னலோர காற்று மெல்ல இதமாய் வீச அந்த குளிரையும் தாண்டி ஏனோ ஓர் புத்துயிர் பெறவே சற்று ஜன்னலின் வழியே எட்டிப்பார்த்தேன்.

ஈரத்தலையோடு, தலையில் ஒரு டவலைக்கட்டிக்கொண்டு அரக்கு கலர் பாவடையுடன் பச்சை நிற தாவணியில் தேவதைப்போல தோற்றமளித்தாள் அந்த புதியதாக குடிவந்த ராமசந்திரனின் மகள், ஆர்த்தி. வீட்டுக்கு ஒரே செல்ல மகள் எனினும் எல்லா வேலைகளையும் இழுத்து போட்டு செய்வது, பள்ளிக்குச் சென்று படிப்பது, என்று தனக்குள் எந்த வித களைப்புமின்றி ரங்கராட்டினம் போல் செயல்படுவாள்.

ஆர்த்தி என்ற பெயரை உச்சரிக்கும் போதே என் மனம் ஏதோ செய்கிறது. ஆம், 20 ஆண்டுகள் கடந்துவிட்டன தற்போது அவள் எங்கு இருக்கிறாள் என்பது கூட எனக்கு தெரியாது. தற்போது நான் அவளது ஆசைப்படி ஒரு கைத்தேர்ந்த மருத்துவராக இருக்கிறேன். என்ன சொன்னேன் அவளது ஆசையா? ம்ம்ம்.. சரிதான் அது அவளுடைய ஆசையே!

பத்தாம் வகுப்பு பொதுத்தேர்வு முடிவுகள் வெளியாகின அந்த சமயத்தில் என்னுடைய மதிப்பெண்களைப் பார்த்துவிட்டு "டேய் அர்ஜுன் நீ இவ்வளவு நல்லா மார்க் வாங்கியிருக்க, எனக்கு ஒரே ஒரு ஆசை தான் நீ படிச்சு டாக்டர் ஆகணும். இதை தவிர எனக்கு உன்கிட்ட எந்த வித எதிர்பார்ப்புமில்லை டா அர்ஜுன்," என்று என்னுடைய என்னவளின் வார்த்தைகளே எனக்கு வைராகியமாய் அமைய நன்கு படித்து மருத்துவராகி விட்டேன். இன்று நான் ஒரு பிரபல மருத்துவமனையில் அறுவை சிகிச்சை நிபுணர்.

ஆனால்... என்னுடைய தனிப்பட்ட வாழ்க்கை? ஹாஹா திருமணம் முடிந்து மூன்று ஆண்டுகளே வாழ்ந்தேன். அவள் சந்தேக புத்தி கொண்டவளாய், தினமும் "ஏன் மருத்துவமனையிலிருந்து லேட், ஏன் நான் போன் பண்ணா எடுக்கல" அப்படி இப்படி என்று ஏதேதோ கூறி என்னிடம் வம்பிழுப்பதை தினசரி வாடிக்கையாக கொண்ட என் மனைவிக்கு வேறு வழியின்றி விவாகரத்து தந்துவிட்டு இன்று தனிமரமாய் நின்றுக்கொண்டு இருக்கிறேன். வயது 35 ஆயிற்று. போதும் இதற்கு மேல் சொன்னால் அழுதுவிடுவேன் போலும்.

இப்படி தனிமரமாய் இருக்கும் எனக்கோ பெற்றோரின் ஆதரவும் தம்பியின் ஆதரவும் இருக்கிறது. அதுமட்டுமின்றி நான் செய்யும் தொழிலே எனக்கு மிகப்பெரிய ஆறுதல் எனவும் கூறலாம். உண்மை தானே மருத்துவம் ஒரு சேவையல்லவா. இந்த சேவையை மனமுவந்து செய்கிறேன். சரி ஏன் திடீரென ஆர்த்தியின் ஞாபகங்கள் எட்டிப்பார்த்தன? ஒன்றும் புரியவில்லை.. ஆங் சொல்ல மறந்துவிட்டேன் இன்று அவளுடைய பிறந்தநாள்.

ஆமாங்க.. அவளுடைய பிறந்தநாள் என்று கூறியவுடன் எனக்கு அந்த முதியோர் இல்லம் நியாபகத்திற்கு வருகிறது. வருடா வருடம் என்னுடைய ஆர்த்தி தன் பிறந்தநாள் அன்று அங்கு சென்று முதியோருக்கு சேவை செய்துவிட்டு தன்னால் முடிந்த ஏதோ ஒன்று சமைத்து பரிமாறிவிட்டு வீடு திரும்புவாள்.

இன்று நான் அந்த முதியோர் இல்லத்தை தேடிச் செல்ல இருக்கிறேன். நாங்கள் வாழ்ந்த அதே சிற்றூருக்கு என்னுடைய காரில் பயணம் செல்கிறேன். என்னுடைய பயணத்தில் நீங்களும் கலந்துக்கொள்ளலாமே!

சென்னையிலிருந்து இரண்டு மணிநேரத்தில் வந்துவிடலாம் அந்த சிற்றூரிற்கு. எங்கு பார்ப்பினும் வேப்பிலை மரங்களும், ஆங்காங்கே வேலிகாத்தான் முற்கள் செடியும் நிறைந்திருக்கும். நாங்கள் வசித்த அந்த தெருவிற்கு இன்னும் சற்று தூரத்தில் வந்தடைந்துவிடுவேன்.

இதோ நம் மாறனின் டீக்கடை, அப்போது அவருக்கு வயது 25 இருக்கும், தற்போது 45 வயதுடன் இன்னும் அதே சுருசுருப்புடன் வேலை செய்துகொண்டிருக்கிறார். காரை நிறுத்திவிட்டு அவரருகில் சென்று "அண்ணே மாறன் அண்ணே ஒரு டீ" என்று சொல்லிவிட்டு அங்கு போடபட்டிருக்கும் பெஞ்சில் அமர்ந்தேன். என்னை ஏற இறங்க ஒருமுறை பார்த்து விட்டு,

"அர்ஜூன் தானே நீ" என்றார். நானும் ஒரு சிறுபுன்னகையுடன் அவரை பார்த்து ஆமாம் என்றவுடன் என்னை கட்டி அணைத்தபடி "எவ்வளவு வருஷம் ஆச்சு தம்பி, இப்போ தான் இந்த ஊருபக்கமே உன்னை பார்க்கிறேன். ஏன் இவ்வளவு நாளா எங்க இருந்த? உன்

அப்பா அம்மா தம்பி எல்லாம் எப்படி இருக்காங்க?" என்று வினவினார்.

பதில் கூறிவிட்டு நான் அவர் போடும் டீயிற்காக காத்துகிடக்க அப்போது தான் அந்த "ஒரு ரூபாய் அண்ணாச்சியை" பார்த்தேன்.

"அட என்ன ஆச்சரியம் முடி நரைத்திருந்தாலும் இன்னும் அதே கம்பீர நடை போட்டுக்கொண்டு நடக்கிறார்" என்று எனக்கு நானே சொல்லிவிட்டு மாறன் தந்த டீயை பருகிவிட்டு மீண்டும் காரை கிளப்பி சென்றேன். நான் அடையும் இடம் வந்தது.

அந்த முதியோர் இல்லம் தற்போது இல்லையாம். அந்த இடத்தில் ஒரு சூப்பர் மார்க்கெட் இருப்பதை கண்டு "என்னடா இது அப்போ அந்த முதியோர் இல்லம் எங்கே போயிற்று?" என்று தெருவோரம் நடந்து செல்லும் ஒருவரை கேட்க அவரோ "தம்பி நீ ஊருக்கு புதுசா இம்புட்டு நாள் கோமாவில் எதாவது இருந்தீர்களோ" என்று என்னை நக்கலடிக்க...

"ஐயா சொல்லுங்கள்" என்றேன் மிதமான குரலில்.

"இந்த சூப்பர் மார்க்கெட் ஓனர் அந்த முதியோர் இல்லத்துக்கு சொந்தமான இடத்தை விலைக்கு வாங்கிட்டாரு. இந்த சூப்பர் மார்க்கெட் வந்தே ஏழு வருஷமாச்சு தம்பி" என்று சொல்ல,

"அது சரி, இங்க இருந்த முதியோர் இல்லம்?" என்று வினவ அவரோ ஒரு விலாசத்தை கொடுத்து அங்க மாத்திட்டாங்க என்று கூறி அனுப்ப அந்த விலாசத்தை தேடி அலைந்தேன். முடிவில் அந்த விலாசம் கண்டுபிடித்துவிட்டேன்.

உள்ளே நுழைய அங்கு முதியோரின் கூட்டமும் டி.வி. சத்தமும் காதை பிளக்க அந்த அமைதியான சாலையில் அமைந்திருக்கும் அந்த முதியோர் இல்லமோ ஏதோ கடைவீதிக்கு வந்தது போல் சத்தமாக இருக்க முதலில் யாரை அணுகுவது என்று தெரியவில்லை.

ஒரு நாற்காலியில் அமர்ந்து ஏதோ கணக்கு பார்த்துக்கொண்டிருந்த நடுத்தர வயது பெண்மணியிடம்,"மேடம் இன்னைக்கு இங்கே அண்ணதானம் பண்ண ஆசைப்படுறன். அதற்கு பணம் செலுத்த வந்தேன்" என்று கூற அதை காதில் வாங்கியவள் "ஓ... சரி குடுங்க எவ்வளவு தர விருப்பம் படுறீங்களோ தாங்க. உங்களுக்கு என்ன மாதிரி உணவு பரிமாற ஆசையோ அதற்கு தகுந்தாற்போல் நாங்க சமைத்து போட்டுருவோம்."

"அ..அப்படினா இந்தாங்க இதுல இரண்டாயிரம் இருக்கிறது. எல்லாருக்கும் இன்று மதியத்திற்கு புலாவ் பண்ணி போட்டுடுங்க" என்றபடி பணம் செலுத்திவிட்டு அந்த முதியோர் இல்லத்தில் இருக்கும் அனைவரையும் ஒருமுறை பார்த்து வணங்கிவிட்டுச் செல்ல சட்டென ஒரு முதியோர் அவனது கைகளை பிடித்து,

"தம்பி உன் பெயர்?" என்று வினவ,

"என் பெயர் அர்ஜுன்" என்றான் ஒரு சிறு புன்னகையுடன்.

"ஓ.. நீ அந்த ராமசந்திரன் வீட்டுக்கு எதிர்தாப்ல இருந்த பையன் தானே? ஆளே அடையாளம் தெரியல பா. ஆமாம் என்ன விசேஷம்? இங்க இன்னைக்கு அண்ணதானம் செய்ய வந்திருக்க" என்று கேட்க அவன் சிந்தைக்கு அவரது கேள்வி எட்டினாலும் என்ன பதில் சொல்வது என்றே தெரியவில்லை.

தன்னிலை உணர்ந்தவனாய்,"ஐயா, அது வந்து இன்னைக்கு எனக்கு வேண்ட பட்டவங்களோட பிறந்தநாள் அதுக்கு தான் இந்த ஏற்பாடு எல்லாம்" என்று சொல்லி அந்த இடத்தை விட்டு நகர்ந்தான். இன்று அவசியம் இந்த முதியோர் இல்லம் தேடி வந்திருக்கணுமே. ஒருவேளை அவளிருக்கும் ஊர் இதுவல்லாது வேறு எங்கோ இருந்தால்? அதானே அவள் தற்போது திருமணம் முடிந்து எங்கிருக்கிறாளோ என்று மனதுக்குள் கூறிக்கொண்டு தன் காரை கிளப்பினான். காரை நகர்த்தி தன் ஊர் சென்னையை நோக்கி பயணிக்க அவனது பழைய நினைவுகளை மனதில் அலசியபடி காரை ஓட்டினான்.

அன்று வழக்கம் போல பள்ளி சீருடையில் இரட்டை ஜடை பின்னலுடன் என் தேவதை ஆர்த்தி நடந்து செல்ல, வழியில் இருக்கும் ஒரு கல்லை தடுக்கி கீழ விழயிருந்தபோது லாவகமாக ஓடிச்சென்று அவளை தாங்கி பிடித்தேன். முதன்முதலில் என் கரங்கள் அவளை நெருங்கியது. அவளுக்கு என்னவோ போலாயிற்று, என் பிடியில் சிக்கியவள் என்னையே அவள் கண்கள் பார்த்துக்கொண்டிருந்தது. எனது கண்களும் அவளது முகத்தை பார்த்து அளவளாவிக்கொண்டிருந்தன. அவள் முகம் முழுவதையும் என் கண்களால் ஸ்கேன் செய்துகொண்டிருந்த தருணமும் அது.

'என்ன ஒரு அழகான கண்கள் அவளுடையது. ப்பா கருப்பு பன்னீர் திராட்சை போலவே இருந்தது.' ஹாஹா இதையெல்லாம் இன்னும் மறக்கமுடியவில்லை. முதன்முதலில் ஒரு பெண்ணின் அழகை என் கண்கள் நோட்டமிட்டன. ஐயோ வெட்கத்தில் நானும் சிவந்து தான் போனேன். என்னுடைய இந்த முதல் பார்வை அவள் மீது அம்புபோல் பாய்ந்துகொண்டிருக்க அங்கு தூவியது எங்கள் காதல் மழை.

திக் திக் என்றது என்னுடைய இதயத்துடிப்பு சற்று சுதாரித்து கொண்டு அவளை நிமிர்த்தி விட்டு "இனி பார்த்து பொறுமையா நட என்றேன்"

அவளும் தலையசைத்துவிட்டு நகர்ந்தாள். முதல் நாள் வெளியே கோலம் போட்டுக் கொண்டிருந்தவளை ஜன்னல் வழியே நோட்டமிட்ட எனக்கோ மறுநாள் அவளை இவ்வளவு நெருக்கமாக பார்க்கும் பாக்கியம். ஐயோ நினைத்து பார்க்கவே சந்தோஷமாக இருந்தது. இப்படியே எனது கண்கள் அவளை தினந்தோறும் தேடிக்கொண்டே தான் இருந்தது.

அப்போது எங்களுக்கு என்ன 15 வயதே நிரம்பியிருக்கும். காதல் முளைக்கும் வயது தானே இதில் நான் மட்டும் என்ன விதிவிலக்கா? அரும்பு மீசையுடன் அப்போது இருந்த தோற்றம் எல்லாமே இப்போது நினைத்தால் சிரிப்பு தான் வருகிறது.

ம்ம்ம்.. இதோ வந்துவிட்டது நான் வாழ்ந்த பழைய வீடு. அதே திண்ணை ஹாஹா... ஆனால் என் தந்தை வயதில் ஒருவர் அமர்ந்திருக்கிறார். நான் யார் என்பது கூட அவருக்கு தெரியாது. சரி எதிரே என் ஆர்த்தி வாழ்ந்த அந்த வீட்டையும் ஒருமுறை நோட்டமிட்டேன். சிறிது மாற்றத்துடன் பல கலை வேலைபாடுகளுடன் சிறப்பாக இருந்தது.

"என் ஆர்த்தியின் குடும்பம் இங்கே வாழ வாய்ப்பு இருக்கிறதா" என்ற கோணத்தில் சற்று யோசித்தேன். "அட பைத்தியக்காரா இவ்வளவு வருஷம் ஆகியும் எப்படி இங்கேயே இருப்பாங்க" என்றது மனம் என்னை தட்டி எழுப்பியபடி நான் விழித்துக்கொண்டேன் என் பழைய காதல் நினைவுகளிலிருந்து. ஆனால் இன்னும் முழுவதுமாய் தெளியவில்லை. எப்படி தெளியும் காதல்

என்பதே ஓர் போதை தானே. சரி என் பயணம் உங்களுடன் தொடரும். என் காதல் பயணத்தில் நீங்களும் பயணியுங்கள்.

அத்தியாயம் — 2

சென்னையின் எல்லைக்குள் வந்துவிட்டேன் இன்னும் அரைமணி நேரத்தில் வீட்டுக்குள் நுழைந்து விடுவேன். நான் வசிப்பது சென்னையில் முக்கியமான அதுவும் மிகவும் பரபரப்பான ஏரியா. ஆம், ஓஎம் ஆரில் உள்ள ஆடம்பர அப்பார்ட்மண்ட் ஒன்றில் வசிக்கிறேன். அப்பார்ட்மண்ட் உள்ளே என் கார் நுழைந்தது.

பார்க்கிங் ஏரியாவில் காரை நிறுத்திவிட்டு வெளியே இறங்க அங்கு குடியிருக்கும் ஒருவருடைய மூன்று வயது குழந்தை பந்து போட்டு விளையாடிக்கொண்டிருந்தது.

"அங்கிள் பால் போடுங்க" என்று மழலை மொழியில் என்னை அழைக்க நானும் வந்த களைப்பை கூட மறந்தவனாய் அந்த குழந்தைக்கு பந்து போட்டு விளையாடினேன். எனது போன் ரிங் ஆக அதை எடுத்து பேசத்துவங்கி..

"மா வந்துட்டேன் இங்கே தான் பார்க்கிங்கில் இருக்கேன்" என்று கூற.

"சரி டா உன்கிட்ட ஒரு முக்கியமான விஷயம் பேசணும். சீக்கிரம் மேல வா" என்று தாய் காந்திமதி கூற, உடனே அந்த குழந்தையிடமிருந்து விடைபெற்று கொண்டு லிப்டில் ஏறினேன். இரண்டாவது மாடியில் இருக்கும் என்னுடைய வீட்டை நோக்கி நடக்க எனது வீட்டுக்கதவைத் தட்டினேன்.

"வாடா, என்ன சார் பார்க்கிங்கிலேயே நின்னுட்டீங்க? உள்ள வா காபி போட்டு தரேன்" என்று

காந்திமதி அவனை அமரச்சொல்லிவிட்டு சமையலறையில் காபி தயாரிக்க சென்றுவிடவே,

'சொல்ல வந்த விஷயம் என்னவாக இருக்கும்' என்று யோசித்தவாறு அருகில் இருந்த டிவி ரிமோட்டை எடுத்து டிவி ஆன் செய்ய அதற்குள் தாய் காந்திமதியும் தந்தை அன்பரசனும் வந்து அமர்ந்தனர்.

"அர்ஜூன், அது வந்து ராகவி," என்று கையிலிருந்த காபி கோப்பையை நீட்டியவாறு என்னிடம் பேசத்துவங்க, ராகவி...ராகவி என்ற பெயரே எனக்கு கோபம் வரக்காரணமானது.

"ராகவி? இப்ப அவளுக்கு என்னவாம் இப்ப எதுக்கு அவளை பற்றி பேசுறீங்க?" என்று நான் சற்று கோபத்துடன் கேட்க என் தந்தை என்னை சற்று முதுகில் தடவிக்கொடுத்து, "அர்ஜூன் ராகவி எங்களை பார்க்க காலையில் வந்திருந்தாள். அவள் கையில் ஒன்றரை வயதில் ஒரு பெண்குழந்தை" என்று அப்பா சொன்னவுடன் எனக்கு ஒன்றும் புரியவில்லை.

"என்ன? ஒன்றரை வயது பெண்குழந்தையா? என்ன சொல்லுறீர்கள்" என்று என் புருவத்தை உயர்த்தியப்படி பெற்றோரை நோக்கி கேள்வி எழுப்ப அவர்கள் ஆம் என்றபடி தலையசைத்தனர்.

எனக்கு ஒன்றுமே விளங்கவில்லை. ராகவி என்ற பெயரை கேட்டவுடன் கோபப்பட்ட நானோ தற்போது மேலும் இதைக்கேட்டு அதிர்ந்து போனேன்.

"அம்மா அப்படினா ராகவி என்னை டைவர்ஸ் பண்ணிட்டு போற சமயத்தில் கர்ப்பிணியாக இருந்தாலோ" என்று சந்தேகத்துடன் பார்த்தேன்.

"ஆமாம் டா அவள் உன்னை விட்டு போறப்போ மாசமாகி இருந்திருக்கா அதுகூட நமக்கு தெரியவில்லை பாரேன். அவளோடு குடும்பம் நடத்தின உனக்கு கூடவா டா தெரியல. அப்படி என்னடா பிரச்சினை உங்களுக்குள்ள? அவளுக்கு உன்மேல இருந்த சந்தேக புத்தியை நீ நினைத்திருந்தால் மாற்றியிருக்கலாமே. ஏனடா அவசரப்பட்டு டைவர்ஸ் கொடுத்த. இப்ப பாரு உன் ரத்தம் வளர்ந்துட்டு வருது நம்ப வாரிசாக அவகிட்ட," என்று கூறி அழத்துவங்கினாள் காந்திமதி.

அவனுக்கு என்ன கூறுவது என்று தெரியவில்லை தன்னிலை மறந்தவனாய் எழுந்து அறைக்குள் புகுந்து கொண்டான்.

"ராகவி... ராகவி என அவள் பெயரை உச்சரித்தான்" என்ன தோன்றியதோ தன் அறையில் மாட்டிவைத்திருந்த இருவரும் சேர்ந்து எடுத்துக்கொண்ட புகைப்படத்தை உற்றுநோக்கினான். ராகவியை மறந்துவிடவில்லை முழுவதுமாக. இருப்பினும் அவளை நினைக்காமல் இருந்தேனே தற்போது குழந்தை என்ற பெயரில் ஓர் உறவு தனக்குள் பாலமாக இருக்கக்கூடும் என்று நினைக்கவில்லையே!" என்றபடி நொந்துக்கொள்ள.. மீண்டும் அந்த புகைப்படத்தை பார்த்தான்...

"ராகவி நீ மாசமாக இருந்த விஷயம் தெரிந்திருந்தால் இப்படி அவசரப்பட்டு விவாகரத்து கொடுத்திருக்க மாட்டேனே.. நீயாச்சும் என்கிட்ட சொல்லியிருக்கலாமே...

அ..அப்படினா எனக்கு குழந்தை... ஐயோ இப்ப நான் என்ன பண்ணுவேன் என்றபடி அழத்துவங்கினான். குழந்தையின் குரலை ஒருமுறை கேட்டுவிடலாம் என்று ராகவியிற்கு போன் செய்தான்.

போனை எடுத்தவள் "ஹலோ உ இஸ் திஸ்" என்று கேட்க அவனோ தட்டுதடுமாறி "நான்.. நான் அர்ஜூன்" என்றவுடன் போனை அதிர்ந்துபோய் கீழ தவறிவிட்டவள் மலமலவென்று அழத்துவங்கினாள்.

"ஹலோ ராகவி ராகவி.." என்றான் மீண்டும் அவள் அதை எடுத்து "சொல்லுங்கள் அர்ஜூன்" என மெல்லியக்குரலில் கூற "நான் குழந்தையோட அந்த மழலை பேச்சையும் முகத்தையும் பார்க்கணும் கொஞ்சம் வீடியோ கால் வரியா?" என்று கேட்க

"ஓ...அப்போ இப்பக்கூட என்மேல உங்களுக்கு எந்த கரிசனமும் இல்லையா அர்ஜூன்" என்று ராகவி ஆதங்கம் கொள்ள

"ஐயோ ப்ளீஸ் புரிஞ்சிக்க ராகவி, உனக்கும் எனக்குமான உறவு ஒரு முடிந்துப்போன அத்தியாயம். இதை மீண்டும் திரும்பி பார்க்க மனமில்லை.. ஆனால் எனக்கு, எனக்கே தெரியாமல் உன் வயிற்றில் மலர்ந்த என் செல்லத்தை நான் பார்க்கணும் ப்ளீஸ்" என்றான் சிறிது அழுகையுடன்.

அவளும் கால் செய்ய அந்த வீடியோ காலில் தன் குழந்தையின் முகத்தை முதன் முதலில் பார்த்தான். அது சிரித்துக்கொண்டே அவனை பார்த்தது.

"செல்லம்.. செல்லம் நான் அப்பா டா" என்றான் தன்னை காட்டியபடி அதுவோ மழலை மொழியில் "ஊ...அ" என்று எதையோ உச்சரிக்க முயன்றது. அதைக்கேட்டு அவன் தன்னை மறந்து சிரிக்கலானான்.

"செல்லம்...." என்று மறுமுறை பேசத்துவங்கும்போது போன் ஸ்விட்ச் ஆப் ஆனது.

"சை...இந்த நேரம் பார்த்து ஸ்விட்ச் ஆப் ஆகனுமா" என்று நகத்தை கடித்தபடி தன் மெத்தையில் அமர...உள்ளே வந்த காந்திமதி "ஓய் அர்ஜுன் இங்கபாரு எதையும் மனசுல போட்டு குழப்பாத டா. உனக்கு இப்பக்கூட ஒன்றும் கெட்டுப்போகல மறுபடியும் விருப்பப்பட்டால் ராகவியோட ஒரு புது வாழ்க்கையை வாழ ஆரம்பி டா" என்றதும் அவனுக்கு வெறுப்பேரியது.

"மா..நான் வருத்தப்படுறது இப்ப ராகவிக்காக இல்லை.. என் குழந்தைக்காக..அவள் பிறந்த அந்த நொடியைக்கூட பார்க்க கொடுத்து வைக்காத பாவியாகிவிட்டேன்" என்று தாயின் மடியில் படுத்து அழத்துவங்கினான். அவன் தலையை மெல்ல வருடிய தாய் அவனுக்கு தலைக்கு வாட்டமாக தலையனையை வைத்துவிட்டு போர்வையை போர்த்தி "கொஞ்சம் நேரம் தூங்கி எழு எல்லாம் சரியாகிடும்" என்றபடி அவன் போனை எடுத்து சார்ஜ் போட்டுவிட்டு அந்த இடத்தை விட்டு நகர்ந்தார்.

.....

மாலை சூரியன் அஸ்தமிக்கும் நேரம், மெல்ல போர்வையை விலக்கி எழுந்தான் அர்ஜுன். சார்ஜில் இருந்த போனை எடுத்தப்படி அதை பார்த்துக்கொண்டு முற்றத்தில் இருக்கும் சோபாவில் வந்து அமர்ந்தான்.

அவனுடைய தம்பி அகில் அலுவலக வேலையை முடித்துக்கொண்டு வந்தான். வந்தவனோ "என்ன அர்ஜுன், எங்கயோ நம்ம இருந்த பழைய இடத்துக்கு போனியாமே எப்படி இருந்தது" என்று வினவ அப்போது தான் ஆர்த்தியின் பிறந்தநாள் காரணமாக முதியோர் இல்லம் சென்றது நினைவுக்கு வர..

"ஏ.. ஆமாம் அகில் சூப்பர். நம்ம இருந்த வீடு எல்லாம் அப்படியே ஏதோ ஒருசில மாற்றத்தோடு நல்லாருக்கு. ஆனால் பழைய ஆளுங்க யாரும் அங்க இருக்கிற மாதிரி எதுவும் தெரியல" என்று கூற..

"ஓ...ஓ...ஓ நீ அப்படி வர..ம்ம்ம் புரியுது புரியுது ஆர்த்தி அக்காவை தானே தேடி போன?" என்று நக்கலடிக்க..."அடப்பாவி இப்படி கோர்த்து விடுறியே டா" என்று தன் நெற்றியில் அடித்துக்கொண்டு சிரிக்க..மாலை நேர சிற்றுண்டியை எடுத்துக்கொண்டு தாய் காந்திமதி வந்து நீட்டினாள்.

"வாவ் கிச்சிடி" என்றபடியே அகில் எடுக்க..

"டேய் கையை கழுவு..அப்றம் வந்து சாப்பிடு" என்று அர்ஜுன் கட்டளையிட "ஐயோ இவன்வேற எப்பபாரு" என்று முனவிக்கொண்டே கையை அலம்பிட்டு வந்து அமர்ந்தான். இருவருமாக அமர்ந்து கிச்சிடியை வாயில் திணித்துக்கொண்டிருக்க...

"அர்ஜுன், இந்த மாதிரி கிச்சடி நான் ஒருவாட்டி சாப்பிட்ட மாதிரி ஞாபகம் இருக்கிறது என்று கூற"

"ஏன் எங்க சாப்பிட்ட?" என்று புருவத்தை உயர்த்த..

"ராகவி அண்ணி பண்ணியிருக்காங்க ஒருவாட்டி செம்ம" என்று பாராட்ட அவனுக்கோ காண்டாகி "டேய் சனியனே இப்ப ஏன் நீ அவளை பத்தி பேசிட்டு இருக்கிற" என்று கடிந்து கொள்ள...

"சரி சரி பேசல. ஆமாம் ஆர்த்தி அக்காவை பற்றி பேசுறப்ப முகத்தில் ஆயிரம் வாட்ஸ் எரிந்தது அது ஏன்

ராகவி அண்ணி பற்றி பேசுறப்ப முகத்தில் கோபம் வருது" என்று வினவ, உர்ருன்னு தட்டை நகர்த்திவிட்டு எழுந்தான்.

இதை கண்ட காந்திமதியோ "நம்ப பையனுக்கு ராகவி மேல வெறுப்பு இன்னும் போகலையோ..எப்படி இவனை ராகவியோடு சேர்த்து வைக்கிறது" என்று யோசிக்க அதற்கு அகில் "வாய்ப்பில்லை ராஜா வாய்ப்பில்லை" என்று நக்கலடிக்க,

அதை கண்ட தாயோ "டேய் என் வேதனை உனக்கு விளையாட்டா போச்சா? ராகவியிற்கும் அர்ஜுனுக்கும் பிறந்த குழந்தை கண்முன்னே நிக்கிறப்ப எப்படி டா அந்த வாரிசை ஏத்துக்காம இருக்க முடியும்? ராகவி முக்கியமில்லை என்றாலும் அந்த குழந்தை நம்ப வாரிசு ஆச்சே எப்படியாச்சும் சேர்த்து வைக்கனும் இரண்டு பேரையும் வழி சொல்லுடா அகில்" என்று தாய் கேட்க...

"மா நான் ஒன்னு சொல்லவா?"

"சொல்லு அகில்" எனக்கூற

"ஏற்கனவே படிச்ச நாவல் எடுத்து படிக்க தோன்றும் நினைக்கிற?" என்று கேட்க அவரோ "ஏன் படிக்கலாமே நம்ப மனசுக்கு அந்த கதை பிடிச்சிருந்தா" என்று கூற அவனோ சிரித்துவிட்டு

"அப்படி பார்த்தால் அர்ஜுனை பொறுத்தவரை ராகவி ஒரு பிடிக்காத கதை" அது மறுபடியும் சேக்குறது ரொம்ப கஷ்டம். போய் வேலையை பாருமா என்று சொல்லி விட்டு அவன் அறையை நோக்கி நடந்தான்.

அத்தியாயம் -3

அகில் சொன்னதை கேட்டுவிட்டு இனி ராகவியோடு தன் மகன் அர்ஜுனை சேர்த்து வைக்க இயலாது என்று முடிவு செய்துகொண்ட தாய் காந்திமதி டைனிங் டேபிளில் இருக்கும் அழுக்கு பாத்திரங்களை எடுத்துக் கொண்டு சமையலறைக்குள் நுழைந்தாள்.

தனக்கு ஒரு குழந்தை உள்ளது என்பதை நினைத்து நினைத்து வருந்திக்கொண்டிருந்த அர்ஜுன், ராகவியை இனி ஏற்றுக்கொள்ளவும் முடியாது, ஒரேடியாக நிராகரிக்கவும் முடியாது. ஏனெனில் ராகவி என் மூலம் உருவான கருவை சுமந்து பெற்றெடுத்து அதை வளர்த்துக்கொண்டிருப்பவள். எப்படி அவள் மீது இருக்கும் கோபத்தை குழந்தை மீது காட்டி அதை நிராகரிக்க முடியும்? அப்படி நிராகரித்தால் என் மனசாட்சி ஒப்புக்கொள்ளுமா? அதுவும் அதுவோ பெண்குழந்தை..அப்பாவின் பாசத்திற்காக ஏங்குமே!

எத்தனையோ முறை அபியும் நானும் படம் பார்த்து நானும் கண்கலங்கியதுண்டு. இன்று எனக்கு ஓர் பெண்குழந்தை, பிரகாஷ் ராஜ் போல அன்பை பொழிந்திட எனக்கே எனக்கான வாய்ப்பு. அந்த வாய்ப்பை நான் ஏன் தவிர்க்க வேண்டும். ராகவிக்காக இல்லாமல் என் குழந்தைக்காக நான்....

இல்லை இல்லை முடிந்துபோன அத்தியாயத்தை மீண்டும் புரட்டி பார்க்க வேண்டாம். மறுபடியும் ராகவியிடம் சேர்வது சரியாக வராது. ஒரு மருத்துவராக இருக்கும் என்னை மருத்துவமனையிலிருந்து தாமதமாக வருவதை கூட ஏன் எதற்கு என்று கேட்டு என்னை

நச்சரித்தவை எல்லாம் நான் இன்னும் மறக்கவில்லை. மன்னிப்பது மனித குணம் என்பார்கள். ஆனால் அப்படி மன்னித்தாலும் அதையெல்லாம் மறக்கவா முடியும்.

இப்படி மனதில் புலம்பிக்கொண்டு புரண்டு படுத்தவனுக்கோ கைபேசியிலிருந்து ஒரு குறுஞ்செய்தி மணி ஒலிக்க.. அதை எடுத்து பார்த்தவனுக்கோ ஆச்சரியம்...

"இன்னைக்கு வந்து அன்னதானம் செய்துவிட்டு போனதற்கு நன்றி" என்ற குறுஞ்செய்தி பார்த்தவுடன்

'யார் அனுப்பியிருப்பாங்க' என்று யோசித்தவாறு தன் கைப்பேசியை சுழற்றிக்கொண்டிருக்க சரி... அந்த எண்ணுக்கு தொடர்பு கொண்டு பேசுவோம் என அவனது கை பரபரவென அந்த எண்ணை தொடர்பு கொள்ள எண்களை அழுத்த.. ரிங் தருவதற்கு முன் எதையோ சிந்தித்தவனாய்....

'இல்லை.. வேண்டாம் இதை இப்படியே விட்ருவோம்' என்றபடி தன் கைபேசியை வைத்துவிட்டு தன் அறையிலிருந்து முற்றத்திற்கு வந்தான்.

"அகில் என்னடா அமைதியாக உக்கார்ந்துட்டு இருக்க..." என்று அர்ஜூன் கேள்வி எழுப்ப அவனோ சோபாவில் சாய்ந்தபடி "ம்ம்ம் போர் அடிக்குது டா அர்ஜூன்" என்று தன் கைகளை சோம்பல் முறிக்க தன் தம்பியின் அருகில் அமர்ந்தவன்,

"டேய் அகில் வா அப்படினா நம்ப வழக்கமா போற அந்த பார்க்குக்கு போவோம்" என்று கூப்பிட உடனே எழுந்து அகில் தன் உடையை மாற்றிக்கொண்டு வந்தவன், "வா அர்ஜூன் போலாம்" என்று

அழைத்துக்கொண்டு தங்களது அப்பார்ட்மண்ட் விட்டு வெளியே வந்தனர்.

அவர்கள் செல்ல நினைக்கும் அந்த பூங்கா வீட்டிலிருந்து வெளியே வந்தாள். சற்று நூறடி தூரத்தில் தான் எனவே நடந்தே இருவரும் சென்றனர். எப்போதும் ஜகஜோதியாக காட்சியளிக்கும் அந்த பூங்காவோ அன்று வெறுச்சோடி இருக்க அகிலும் அர்ஜுனும் உள்ளே சென்று தங்களது பார்வையை அங்கும் இங்கும் அலையவிட அங்கு ஒரு பெஞ்சில் அவள் அமர்ந்திருந்தாள்.

"அண்ணன் அங்கே பாரேன்" என்றவனை ஏறிட்டு பார்த்தவன்.

"என்னடா அர்ஜுன் என்று பெயர் வைத்து கூப்பிடுவ இப்ப என்னடா அண்ணேனு" என்றுரைக்க அவனோ "அய்யோ இப்ப அதுவா முக்கியம். வா யாருன்னு போய் பார்ப்போம்" என்றபடி இருவரும் நடக்க...

அங்கிருப்பது வேறுயாருமல்ல நம் கதாநாயகன் அர்ஜுனின் முதல் மனைவி ராகவி.

"ராகவி" என்று பெயரை உச்சரித்தான் அர்ஜுன்.

திரும்பியவள் "அர்ஜுன் சாரி நான் உங்களுக்கு தொந்தரவு குடுப்பதற்காக வந்தேனு நினைக்காதிங்க, என் வீடும் இங்கே தான் பக்கத்தில் இருக்கிறது. நான் அப்பா அம்மாக்கூட தான் இருக்கிறேன். ஏதோ மனசு சரியில்லை அதான் இங்கே வந்து உக்கார்ந்துட்டு இருக்கேன்" என்று தன் மனதில் இருக்கும் பாரத்தை மறைத்தவளாய் ஏதோ கூற அதை கேட்ட அர்ஜுன்,

"அதற்கு இப்படி யாருமில்லாத நேரத்தில் தனியாகவா உக்காருவ. எதாவது பிரச்சினை என்றால் என்ன பண்ணுவ. போ எழுந்து வீட்டுக்கு போ..கு..குழந்தையை பாரு.. அப்றம் நம்ப குழந்தை பேரு" என்று கேட்க அவனை நோக்கி பார்வையை செலுத்தியவள் "குழந்தை பேரு அருவி" என்றாள்.

"அருவி?" என்றான் பெயரை உச்சரித்தப்படி.

"ம்ம்ம் உங்கள் பெயரில் பாதியும் என் பெயரில் பாதியும் சேர்த்து வைத்த பெயர் அது" என்றாள் சற்று உணர்வுபொங்க.

அங்கு ஏதோ அவனை தடுத்தது. ராகவி என்று எதையோ சொல்ல எத்தனித்தான். அதற்குள் அவள் "சரி நான் கிளம்புறன்" என்றபடி நகர.... தூரத்தில் சென்று கொண்டிருக்கும் அவளை உற்று நோக்கியவன்,

"அகில்.... அவ அவ எதுவும் சொல்லாமலே போறாளே டா" என்றான் குரல் தழுத்தப்படி.

"அர்ஜுன் இங்கே பாரு, உன்கிட்ட அவங்களுக்கு எதிர்நோக்கி பேச இன்னும் தைரியம் வரல. சரி நீயாச்சும் எதாவது பேசியிருக்கலாமே. ஏன் பேசல இதுவே உன் முன்னாள் காதலி ஆர்த்தியாக இருந்தால் இந்நேரம் எவ்வளவு ஃபீலிங்க்ஸ் கொட்டியிருப்ப... இப்ப வரைக்கும் நீ ராகவி அண்ணியை மனசாற ஏத்துக்கல அதான் நீ இப்படி ரியாக்ட் பண்ற... ஓகே வா கொஞ்சம் நேரம் காத்தாற நடந்துட்டே பேசுவோம்" என்றழைக்க தம்பியின் பேச்சில் சற்று எல்லாமே மறக்க செய்தான்.

......

சுற்றி இருக்கும் மரம் செடி கொடியை கண்டவனாய் அந்த நாள் ஞாபகத்தை அசைப்போட துவங்கினான். ஒருமுறை ஆர்த்தியுடன் பூங்காவில் வலம் வந்தது நினைவுக்கு வந்தது. ஆம் பத்தாம் வகுப்பு பொதுத்தேர்வு முடிந்த நாட்கள் அது தாங்கள் படிக்கும் பள்ளியின் எதிரே ஓர் சிறிய பூங்கா... அந்த பூங்காவிற்கு அங்கு படிக்கும் மாணவர்கள் தவிர யாரும் அவ்வளவு செல்ல வாய்ப்பில்லை.

கையில் இருந்த கேள்வித்தாளுடன் இருவரும் உள்ளே செல்ல... அங்கு இருந்த சகமாணவர்களுடன் உரையாடிவிட்டு இருவரும் அங்கிருந்த மரத்தடியில் அமர்ந்தனர். என்ன பேசுவது என்று கூட அவர்களுக்கு தோன்றவில்லை... இதுவரை மனதில் இருந்த காதலை சொல்லிவிடலாமே என்று எத்தனித்தான் அர்ஜுன்.

"ஆர்த்தி.. அது வந்து உன்கிட்ட" என்று தடுமாறி எதையோ சொல்ல...

"ப்ரண்டு கிட்ட என்ன தயக்கம்.. அட தைரியமா சொல்லேன் டா" என்றுரைக்க...

"ப்ரண்டா அப்படினா நம்ம.. மேல காதல் பற்றிய சிந்தனை எதுவுமில்லையோ அவசரப்பட்டு காதலை சொல்லி ஒரு நல்ல நட்பை கெடுத்துக்க போறோம்" என்று நினைத்து அந்த விஷயத்தை அத்தோடு விட்டுவிட,

"ஏய் அர்ஜுன் என்ன சொல்லு?" என்று அவனை உலுக்க சற்று தெளிந்தவனாய் "ஒன்னுமில்லை சரி வா போலாம்" என்று அவளை அழைத்துக்கொண்டு வெளியே வர...

"ச்சி.. நல்ல சேன்ஸ மிஸ் பண்ணிட்டோமோ" என்று ஒருபக்கம் யோசித்தாலும் மறுபக்கம் "இந்த

நட்பாவது தொடருட்டும்" என்ற மன அமைதியுடன் வீட்டுக்கு வந்த அந்த அழகான பழைய அவனுக்குள் எட்டிப்பார்த்தது.

"ஆர்த்தி...." நீங்கா இடம்பிடித்துவிட்டாளோ என்னவோ எங்கு இருப்பினும் அவளுடைய நினைவுகள் எட்டிப்பார்க்கின்றன. இந்த நினைவுகளை எல்லாம் அவ்வளவு எளிதில் மறக்க முடியுமா அட முதல் காதலை யார் தான் மறக்க கூடும். எது எப்படியோ அவள் எங்கு இருந்தாலும் நன்றாக இருக்க வேண்டும் என்று எண்ணியவாறு அகிலுடன் பூங்காவிலிருந்து வெளியே வந்தான்.

அத்தியாயம் — 4

அந்த அழகான காலைப்பொழுதில் பரபரப்பாக வேலை செய்துவிட்டு வீட்டில் இருக்கும் வயதான தாய் தந்தையிற்கு பணிவிடை செய்துவிட்டு தனது ஹேண்ட் பேக்கை எடுத்துக்கொண்டு புறப்பட்டாள். வழக்கமாக அவளை அழைத்து செல்லும் காரும் வந்தது.

அதில் ஏறிக்கொள்ள ஓட்டுநர் இருக்கையில் அமர்ந்திருக்கும் அந்த பெண்மணியிடம்,

"என்ன ஆச்சரியம் லேடி ட்ரைவரா" என்றபடி வினவ..ஓட்டுநரும் சிரித்துக்கொண்டே "ஆமாம் மேடம் பெண்களுக்கு பாதுகாப்பு இப்போதெல்லாம் பெண்களால் மட்டுமே தரமுடியும் அதனால் தான்" என்று கூற... அதை காதில் வாங்கியவள் "சரி தான் நீங்க சொல்றது" என்றபடி தன் நெற்றியில் அசைந்தாடும் கூந்தலை ஒதுக்கிவிட்டு தன் பார்வையை ஜன்னலோரம் திசைதிருப்பினாள்.

அவள் வந்து இறங்கும் ரேடியோ ஸ்டேஷனும் வந்துவிட்டது. இறங்கி உள்ளே நுழைந்தவள் அங்கிருக்கும் சக ஊழியர்களிடம் காலை வணக்கம் சொல்லிவிட்டு அவள் ரெக்கார்டிங் அறையிற்குள் செல்ல..

"ஹாய் ஆர்த்தி... வா வா... உனக்காக தான் வெயிட்டிங்"

"எனக்காகவா ஏன்?" என்றபடி அவள் கேட்க, சுற்றி இருந்த அவளுடைய தோழியோ, "ஆர்த்தி இன்னைக்கு ஒரு மருத்துவரை நீ நேர்காணல் எடுக்கபோற, ஸோ இது ஒரு புது முயற்சி. இதுவரை நம்ப இந்த நிகழ்ச்சியில் மருத்துவம் சார்ந்த யாரையும் நேர்காணல்

எடுத்ததே இல்லை இது தான் முதல் தடவை. எதுவும் சொதப்பிடாமல் உன்னால மட்டும் தான் இந்த ப்ரோக்ராம் பண்ண முடியும் என்று ஸ்டேஷன் ஹெட் சொல்லிட்டு போயிருக்காங்க ஸோ கவனமாக பண்ணு" என்று தன் வார்த்தைகளை சரம்போல் வெடித்துவிட்டு அந்த இடத்தை விட்டு போக...

"ஹேய் மலர்.. நில்லுடி யார் அந்த டாக்டர் அவர் பேரு கூட சொல்லாமலே போற" என்று கேட்க அவளோ புன்னகையித்தபடி அவர் பெயர் "அர்ஜுன்" அவரோட டிடெயில்ஸ் எல்லாம் நோட்பேடில் வச்சிருக்கேன் எடுத்து ஒருவாட்டி பார்த்துக்க என்று சொல்லிவிட்டு நகர....

அர்ஜுன் என்ற பெயரை கேட்டவுடன் அவள் மனது தனது கடந்த காலத்தை நினைவுபடுத்தியது.

"ஒரு வேளை அது என் அர்ஜுனாக இருக்குமோ?" என்று அவளுக்குள் கேட்டுக்கொள்ள அவளுடைய மனசாட்சி உறைத்தது.

'என்ன? உன் அர்ஜுன் ஹா? அவன் பழைய காதலன் அர்ஜுன் தான் அப்படினு எப்படி முடிவுக்கு வந்த? அப்படி இருந்தாலும் இந்நேரம் அவனுக்கு திருமணம் முடிந்து குழந்தை குட்டி இருக்க வாய்ப்புள்ளது' என்று மனசாட்சி உறைக்க அதை காதில் வாங்கியவள் ஒருகணம் கண்மூடி தன் இருக்கையில் சாய்ந்தாள்.

இருக்கையில் சாய்ந்தவளுக்கோ அந்த குரல் தட்டி எழுப்பியது "எக்ஸ்கியூஸ் மீ," என்று அவள் சட்டென்று திரும்பி பார்க்க என்ன ஓர் ஆச்சரியம் அது அர்ஜுன் தானே.. ஒருவேளை இது கனவோ என்று தன்னை தானே கிள்ளி சோதித்து கொண்டாள்.

"எஸ்..கம்..இன்," என்று அவனை வரவேற்றாள். சற்று நேரத்தில் நேர்காணல் துவங்கியது.

"வணக்கம் டாக்டர் அர்ஜுன்," என்றபடி பேச்சை துவங்கினாள்.

"டாக்டர், பொதுவாக உணவு பழக்கவழக்கங்கள் வயதானவர்களுக்கு எப்படி இருக்க வேண்டும்?" என்று தன்னுடைய முதல் கேள்வியை அவனிடம் முன்வைக்க அவனோ அவளை பார்த்த மாத்திரத்தில் எதுவும் சொல்ல முடியாதவனாய் ஆர்த்தியிடம் அல்லாது ஒரு ஆர்.ஜேவிடம் பேசுகிறோம் என்ற எண்ணத்தோடு மட்டும் பதிலளிக்கத் துவங்கினான்.

"வயதானவர்கள் எப்போதும் எண்ணை பதார்த்தங்கள் தவிர்க்கனும். தங்களால் முடிந்தவரை பழங்கள் தினமும் எடுத்துகொள்ள வேண்டும்," என்று பதிலளித்தபடியே அவள் கண்களை பார்த்துக்கொண்டிருந்தான்.

'என்ன அழகு டி நீ... ப்பா இன்னுமும் அந்த அழகு உன்னை விட்டு போகலை' என்றபடி தன் எண்ண ஓட்டத்துடன் போராடிக்கொண்டிருந்தான். ஆனால் அவளுடைய கண்கள் மட்டும் வேறெங்கோ உலாவிக்கொண்டிருந்தது.

இப்படியே நேர்காணல் போய்கொண்டிருந்தது எப்படியோ இறுதியில் விடைபெற்று கொண்டு நிகழ்ச்சியை முடிக்க அவன் எழுந்து நடக்க முற்பட்டபோது "அர்ஜுன்" என்றது அவளுடைய குரல்...

ஆனால், அவனோ பதற்றத்தில் என்ன செய்வதறியாது தன்னுடைய செல்பேசி எண்களை அருகில் இருந்த காகிதத்தில் எழுதிவைத்துவிட்டு எதுவும் பேசாமல்

அந்த இடத்தை விட்டு அகல.. அந்த துண்டு சீட்டினை எடுத்து பார்த்தவளுக்கோ சிரிப்பு தான் வந்தது.

"அட பைத்தியக்கார உன்னுடைய எண் தான் எனக்கு தெரியுமே. அன்று கூட நீ அனாதை ஆசரமத்தில் உணவு அளித்தமைக்கு நன்றி என்று குறுஞ்செய்தி அனுப்பினேனே அதை கூட பார்க்கவில்லையோ!" என்று மனதில் நினைத்தவள் அந்த அறையை விட்டு வெளியே வந்து அவனிடம் அவன் வாழ்க்கை பற்றி தெரிந்து கொள்ள வேண்டும் என்ற ஆவலுடன் கீழே இறங்கி வரவும் காரில் அவன் ஏறிச்செல்லவும் சரியாக இருந்தது.

காரை கிளப்பியவன் போகும் வழியில் ஆர்த்தியை நினைத்துக்கொண்டே சென்றான்.

"ஹேய் ஆர்த்தி, சாரி டி உன்கிட்ட எதுவுமே பேசாமல் வந்துவிட்டேன். நிஜமாவே உன்னை பார்க்கிற மறுகணமே உன்னிடம் நிறைய மனசு விட்டு பேசணும் என்று மனசுல ஏதேதோ கோட்டை கட்டி வச்சிருந்தேன். ஆனால் என்னால எதுவும் பேசமுடியல.. ஒரு மருத்துவராக பேசவே என் மனசை அவ்வளவு தயார் படுத்திட்டு இருந்தேன். உன்னை பார்த்த அந்த நொடி உறைந்து போனேன்," என்று மனதினுள் அவளிடம் உரையாடிக்கொண்டிருந்தான்.

....

அன்று மாலை வழக்கம் போல் வீட்டுக்கு வந்து இரவு உணவு தயாரித்துக்கொண்டிருந்த ஆர்த்தியிற்கு அர்ஜுனின் நினைவு வரவே சமையல் முடித்துவிட்டு தனது அறைக்கு கைப்பேசியுடன் சென்றாள். அவனது எண்ணிற்கு டயல் செய்தவள் அவன் அழைப்பை எடுக்க தாமதமானதால் கைப்பேசி வைத்துவிட்டு சமையலறைக்கு

மீண்டும் சென்று சாப்பிடுவதற்கு தட்டுகளை கழுவி தயார் படுத்திவைத்துவிட்டு, வயதான தாய் தந்தையை அழைத்து பறிமாறிவிட்டு தானும் டைனிங் டேபிளில் அமர்ந்து சாப்பிட்டு கொண்டிருந்தாள். திடிரென புரை ஏறியது அவளுக்கு.

"யாரோ உன்னை நினைக்கிறார்கள் போலும்" என்று தாய் கூற உடனே அவளுடைய நினைவு அர்ஜூன் பக்கம் திரும்பியது. 'ஒருவேளை அர்ஜூன் தான் நினைக்கிறானோ' என்று அவள் மனம் ஏங்கியது.

வேகவேகமாக வாயில் உணவை திணித்துக்கொண்டு கைகளை கழுவிவிட்டு மீண்டும் தன் அறைக்கு சென்றாள். அறைக்கதவை தாழிட்டு கதவில் சாய்ந்தபடி கண்மூடினாள். அவள் கண்முன்னே அர்ஜூனின் நினைவுகள் மட்டுமே.

இன்று நேரில் அவனை பார்த்தும் தன்னால் எதுவும் பேசமுடியாமல் போனதே என்று வருந்தினாள். அவள் வருத்தத்தில் நியாயம் இருக்கிறது. இவ்வளவு நாள் அவனை காணமுடியவில்லையே என்ற வருத்தம் இன்று தீர்ந்தது என்றாலும் பார்த்தும் கூட உரையாடல் செய்ய இயலாது போனதே....

விதி எப்படியெல்லாம் விளையாடுது பாருங்கள். சரி சற்று நேரம் முன்பு நான் அழைத்த அழைப்பை ஏன் அவர் எடுக்கவில்லை. எடுக்க மனமில்லையோ அல்லது எடுக்கும் சூழ்நிலையில் அவர் இல்லையோ. சரிபோகட்டும் அவருக்கா எப்போது பேச தோன்றுகிறதோ அப்போது பண்ணட்டும் அதுவரை நான் காத்திருப்பேன் என்று தனக்கு தானே சமாதானம் செய்து கொண்டாள்.

.....

கண்மூடியபடி பழைய நினைவுகளோடு மகிழ்ந்து கொண்டிருந்தாள். ஆம் அன்று பூங்காவிலிருந்து வெளியே வந்த அர்ஜூனும் ஆர்த்தியும் வீடுவந்து சேர்ந்த நிலையில் அர்ஜுன் ஏதோ தன்னிடம் சொல்ல வந்ததை நினைவுக்கூர்ந்தவள் அது நிச்சயம் காதலாகவே இருக்கக்கூடும் ஆனால் எங்கே நட்பு கெட்டுப்போய்விடுமோ என்ற பயத்தில் அவன் சொல்லாமல் விட்டதை புரிந்து கொண்டவள்.

'சரி இதுவும் நல்லது தான்.. காதல் அது இதுவென படிப்பில் கவனம் செலுத்தாமல் போய்விடுவான். அதனால் இது இப்படியே இருக்கட்டும்' என்று நினைத்த ஆர்த்திக்கோ...

தற்போது ஒருமுறையாவது சொல்லமாட்டானா அவனுடைய காதலை என்று மனம் ஏங்கியது.

அத்தியாயம் -5

"ஒருமுறையாவது சொல்லிவிடு...

உன் காதல் நான் தான் என்று"

என்ற வரிகள் மனதில் எட்டிப்பார்த்தது அவளுக்கு. உடனே தன் பேனாவை எடுத்து தன் டைரியில் எழுதினாள். அந்த வரிகள் மட்டுமல்ல அவள் மனதில் உள்ள வலிகளையும்.

"ஏன் நம்ப பிரிந்தோம், ஏன் மறுபடியும் சந்திக்கிறோம், இது எதுவுமே எனக்கு புரியவில்லை. பத்தாம் வகுப்பு முடிந்து அதுக்கப்புறம் கொஞ்சம் நாட்களிலே எங்கப்பா ராமசந்திரன் என்னை சென்னை அழைச்சிட்டு வந்துட்டாரு. என்ன செய்ய அதுகப்புறம் உன்னை பார்க்க கூட வாய்ப்பு கிடைக்கலையே! ஒருவேளை விதி இப்ப நம்ப இரண்டு பேரையும் சந்திக்க வைக்குதோ? டாக்டர் ஆயிடு என சொன்ன ஒற்றை வார்த்தையில் என் ஆசைப்படி நீ இங்கே வந்து நிற்க... என்ன செய்வது என்று கூட புரியவில்லை. அது எப்படி நீயும் நானும் எதுவுமே நடக்காத மாதிரி ரியாக்ஷன் பண்ணோம்? ஹாஹா மறுபடியும் உன்னை எப்படா சந்திப்பேன்... பெருசா இவனாட்டும் போன் நம்பர் எழுதி வச்சிட்டு நீ பாட்டுக்கு கிளம்பி போயிட்ட இப்ப நான் எப்படி பேசுறது? சரி போன் எடுத்து பேசுவோம் என்று தனக்குள் இருக்கும் மனதோடு ஓர் உரையாடலை தகர்த்து விட்டு தன் கைப்பேசியில் இருக்கும் அவனது எண்ணிற்கு அழைத்தாள்.

எதிர்முனையில் அவன்...

"ஹேே ஆர்த்தி என்ன ஒரு அதிசயம்... நீ பேசமாட்டனு நினைச்சேன் ஆனால் கால் பண்ணிட்ட ஆமாம் இதே நம்பர்..என்று எதையோ சொல்ல எத்தனிக்கும் போது அவள் குறுக்கிட..அந்த குறுக்கிடலில் தான் சொல்ல வந்ததை மறந்தவனாக அவள் கூறுவதை மட்டுமே காதில் வாங்க தயாராகுபவன் போல கூர்ந்து கவனிக்கலானான்...

திக்...திக்...திக் திக்... என்றது இதயத்துடிப்பு, அவன் கண்கள் எல்லாம் அவளின் பதிலுக்காக ஏங்கிக்கொண்டு இருந்தது.

"அர்ஜுன்," என்ற மெல்லிய குரலில் அவளது அழைப்பு அவனை என்னவோ செய்ய.... முதன் முதலில் ஏதோ ஓர் புதிய உலகத்தினுள் பயணிப்பது போல தோன்ற...

"அட அந்த 16 வயசுல கூட இந்த மாதிரி ஆனது இல்லையே" என்று அவன் மைண்டு வாய்ஸ் என நினைத்து கொண்டு சத்தமாக கூற அதை கேட்டு நகைத்துவிட்டு "அர்ஜுன் ஆர் யு ஓகே" என்ற கேள்விக்கு மீண்டு வந்தவன் "ஐயம் ஓகே".

"அர்ஜுன் அப்றம் சொல்லு எப்படி போகுது உன் வாழ்க்கை?" என்றாள் சற்றே எதார்த்தமாக. அவனோ பதில் சொல்ல முடியாது தவித்தான். எனினும் தன் வாழ்வில் நடந்ததை அவளிடம் உரைக்க வேண்டும் என்ற கட்டாயத்தில் பேசத்துவங்கினான்.

"ஆர்த்தி.. எனக்கு கல்யாணம் ஆகி டிவோர்ஸ் ஆயிடுச்சு. ஒரு பெண் குழந்தை. பேரு அருவி... இப்ப நாங்க பிரிந்து தனியாக தான் வாழ்றோம்.. அப்பா அம்மா நான் அகில் என நால்வரும் ஒரே வீட்டில் தான் இருக்கோம்" என்று சொல்லி முடிக்க அவள் தலையில்

இடிவிழுந்தது போல இருந்தது. "அட உனக்கா இந்த அவல நிலை.. சை நல்லவங்க வாழ்க்கைல ஏன் தான் விதி ரங்கராட்டினம் ஆடுதோ," என்று புலம்பிக்கொண்டு இருக்க, அவளது புலம்பலை காதில் வாங்கியவன் எதுவும் உரைக்காமல் சிலநிமிடம் மௌனம் காத்தான். ஆனால், அதே விதி தான் உன்னையும் என்னையும் சந்திக்க வைத்துள்ளது என்று மனதிற்குள் நினைத்தான்.

'சரி பழைசு எல்லாம் கிளர வேண்டாம்' என நினைத்த ஆர்த்தி "அப்றம் சொல்லுங்கள் அர்ஜூன் நீங்க எவ்வளவு நாளா சென்னைல இருக்கீங்க" என்று கேட்டுவிட...

"நீயும் உங்கள் குடும்பமும் ஊர் விட்டு வந்த அடுத்த வருஷமே நாங்கள் இங்கே வந்துட்டோம். என்னோட படிப்பு டாக்டர் ஆகனும்னு கனவு இதெல்லாம் அந்த சின்ன ஊரில் மெய்ப்படாது அதான்..."

"இன்ட்ரஸ்டிங்.. ஆனால் நான் சொன்ன வார்த்தைக்கு வடிவம் கொடுத்தமாதிரி இன்னைக்கு முழுசா என் கண்ணு முன்னாடி ஒரு டாக்டரா வந்து நின்னப்போ என் சந்தோஷத்தை விவரிக்க வார்த்தை இல்லை" என்று அவள் கூற அதை கேட்டவன்...

"ஹாஹா.. இங்கே பாரு ஆர்த்தி ஆயிரம் தான் நீ சொல்லியிருந்தாலும் என் மனசுலையும் அந்த துடிப்பு இருந்ததுனால தான் நான் கஷ்டபட்டு படிச்சேன். எல்லாத்துக்கும் ஒரு தூண்டுதல் வேணும்னு சொல்லுவாங்கள அப்படி பார்த்தா இந்த விஷயத்தில் நீ தான் என்னோட தூண்டுதல்" என்று அவன் கூறியதுமே அவளது இதழ்கள் மெல்ல சிரிப்பை வரவழைத்து கொண்டு அவனது வெற்றி காற்றை சுவாசித்தவாறு ஒருகணம்

கண்களை மூட... சட்டென்று ஏதோ நினைவுக்கு வந்தவளாய்,

"அர்ஜுன்.... அவங்க பேரு" என்று கேட்க..

"யாரு..." என்று அவன் விழிக்க..

"அதான் உங்கள் எக்ஸ் ஃவைப்" என்றாள் சற்று நிதானமான குரலில். இவ்வளவு நேரம் துடிப்பாய் பேசிக்கொண்டு இருந்தவனுக்கோ ராகவியை ஞாபாகபடுத்தியவுடன் கண்கள் எல்லாம் இருண்டது. சண்டாலி நல்லா தானே பேசிட்டு இருந்தா திடீருனு ராகவியை பற்றி கேக்குறாளே... என்று மனதில் குமுறிக்கொண்டு இருந்தவனுக்கோ அவளது மென்மையான குரலின் அழைப்பு சற்று சுதாரிக்கத்தான் வைத்தது.

"என்ன பேசிட்டு இருந்தோம்.. ஓ.. அவங்க பேரு கேட்டல அவங்க பேரு ராகவி," என்று சொல்லி முடிக்க...

"ராகவி.... ம்ம்ம் நல்ல பேரு தான்.. விடுங்கள் உங்கள் கூட வாழ அவங்களுக்கு கொடுத்து வைக்கவில்லை போலும். சரி மறுபடியும் எப்போதாவது சந்திச்சிங்களா" என்று கேட்க..

"ம்ம்ம் பார்க்ல சந்திச்சேன்" என்று மொட்டையாக பதிலளிக்க, அவள் இதற்கு மேல் கேள்வி கேட்டால் எங்கு பொங்கி பொங்கல் வைத்துவிடுவானோ நமக்கு ஏன் வம்பு... சரி இத்தோடு உரையாடல் முடித்துக்கொள்வோம் என்று நினைக்க....

அவன் மீண்டும் பேச்சை துவங்கினான். ஆனால் தற்போது இது அவனுடைய சுற்று.. எனவே அவளிடம் அவளை பற்றி தெரிந்து கொள்ள முயற்சித்தான்.

"சரி ஆர்த்தி உன்னை பற்றி எதுவுமே சொல்லவில்லை, சொல்ல விருப்பம் இல்லையோ" என்று தனது எதார்த்தமான தோரணையில் அவள் முன்பு கேள்வியை சமர்ப்பிக்க அவளோ சொல்வதற்கு எதுவும் இல்லை என்பது போல் உச்சு கொட்டினாள்.

"ப்ச்ச் என்னை பற்றி பெரியதாக சொல்ல என்ன இருக்கிறது. நான் ஒரு ஆர்.ஜே அதான் உங்களுக்கு தெரியுமே.. வயதான அப்பா அம்மா.. அவங்களை கவனிக்கிற பொறுப்பு, அப்றம் எனக்கென்று ஓர் சிறிய நட்பு வட்டாரம். பேஸ்புக் வாட்ஸ்அப்பில் போஸ்ட் போடுறது அந்த போஸ்ட்க்கு லைக்ஸ் கமெண்ட்ஸ் வருகிறதானு செக் பண்றது இந்த மாதிரி ஒரு சின்ன குறுகிய வாழ்க்கை தான்."

இதை எல்லாம் காதில் வாங்கியவனுக்கோ அவளது அழகான அந்த எதார்த்தமான விவரிப்பை ரசித்து பார்க்க.. இந்த மாதிரி ஒரு பொண்ணை வாழ்க்கையில் மிஸ் பண்ணிட்டோமே என்ற ஏக்கம் அவனுக்குள் தென்பட அவளோ எல்லாம் சொல்லிவிட்ட த்ரிப்தியில் இல்லாமல் மிச்சம் வைத்த கோடிட்ட இடத்தை நிரப்ப மனமில்லாமல் மௌனமாகிபோனாள்.

அத்தியாயம் -6

வழக்கம் போல அன்று மருத்துவமனை சென்றான் நம்முடைய கதாநாயகன் அர்ஜுன். அவன் சென்றதும் குட்மார்னிங் வைத்துவிட்டு அவரவர் பணியை மேற்கொண்டு இருந்தனர் மருத்துவ பணியாளர்கள். ஓபி பேஷண்ட்களை கவனிக்க தன் இருக்கைக்கு சென்று அமர்ந்து கொண்டான்.

இடைஇடையில் தனக்கு வரும் அழைப்பேசியை பேசிவிட்டு வேலையை கவனிக்கலானான். இவன் வேலையில் ஆழ்ந்திருந்த போது திடிரென அலறல் சத்தம்....

"ஐயோ.. ஐயோ என் பொண்ணை காப்பாத்துங்க" என்றவாறு கேட்க முதலில் சரியே கவனிக்காதவன் சற்று கூச்சல் சத்தம் அதிகம் கேட்க சட்டென்று தனது இருக்கையிலிருந்து எழுந்து வெளியே வந்தான். தனக்கு பரிட்சயம் ஆன முகம் போல் தெரிய அவர் அருகில் செல்ல... அவனை கண்டதும் அந்த அம்மா..

"மா.. மாப்பிள்ளை நீங்களா.. என் பொண்ணு தூக்கமாத்திரை அதிகமா சாப்பிட்டா மாப்பிள்ளை.. அவளை எப்படியாவது காப்பாத்துங்க பாவி மக இப்படி பண்ணுவானு நினைக்கவேயில்லை" என்று கதறி அழுத அந்த தாயினை கண்டவன் கண்களில் நீர் ததும்ப அங்கு ஸ்ட்ரெச்சரில் படுத்திருக்கும் ராகவியை பார்த்தான். என்னதான் இருந்தாலும் அவள் அவனுடன் வாழ்ந்தவள் அல்லவா அந்த உணர்வு என்ன அவ்வளவு சாதாரணமானதா என்ன?

அவளை தன் கரங்களில் ஏந்தியவன் எந்த பார்மாலிட்டிஸ் தேவையில்லை என்பது போல் ஐ.ஸியூ.. வார்டினுள் கொண்டு சென்று படுக்கையில் படுக்க வைத்து முதல் உதவி செய்தான். வாந்தி வழியே அவள் உட்கொண்ட நஞ்சு எல்லாம் வெளியே வந்தது. ஆனால் மயக்கம் கொண்டவள் சிறிது நேரம் கண் மூடியபடி படுத்திருக்க அவளுக்கு ட்ரிப்ஸ் ஏற்றப்பட்டது.

வெளியே வந்தவன் தான் அணிந்திருந்த மாஸ்க் கழட்டிவிட்டு எதிரே நின்றிருக்கும் ராகவியின் பெற்றோரை ஒருகணம் பார்த்துவிட்டு எல்லாம் சரியாகிடும் என்று கண்களால் பதிலளித்துவிட்டு அந்த இடத்தை விட்டு செல்ல எத்தனிக்கும் போது....

அவன் கைகளை யாரோ ஒரு மழலை பிடிப்பது போல் இருந்தது. அந்த பிஞ்சு கரங்கள் அவனது கரங்களை உரச சட்டென்று குனிந்து பார்த்தான். அது அவனுடைய குழந்தை அருவி. தவழ்ந்து வந்து ஒரு நாற்காலியின் உதவியோடு எழுந்து அவனது கைகளை அவ்வாறு பற்றியது. ஒன்றரை வயதே ஆன அந்த பிஞ்சுக்கு அப்படி என்ன தோன்றியதோ ஒருவேளை அவன் தன் தந்தை என்பதை உணர்ந்ததோ என்னவோ. தந்தையின் வாசத்தை முதன் முதல் உணர்ந்த அந்த குழந்தை அவனை நிமிர்ந்து தூக்கு என்பதுபோல் நோக்க... புன்னகையித்தபடி அந்த குழந்தையை தூக்கிக்கொண்டு கன்னத்தில் முத்தம் பதித்ததான். அந்த குழந்தையின் பால்வாசனை முகர்ந்தவன்.

"செல்லம் என்னடா" என்று ஆசை மொழிகளில் அந்த குழந்தையை கொஞ்சினான். அவனரியாமல் கண்கள் மீண்டும் கலங்கியது. முதன்முதலில் தந்தையின் உடல்சூட்டை உணர்ந்த குழந்தை தன்னை அவன் மார்போடு தழுவிக்கொண்டு கீச்சிட்டது...

"செல்லம் அப்பா சொல்லுடா அப்பா" என்று அந்த குழந்தையிடம் தன்னை அப்பாவென்று அழைக்க கற்று தந்தவன். அந்த குழந்தை கிளிப்பிள்ளை போல் அப்பா அப்பா என்று உச்சரித்ததை ரசித்தவன். மீண்டும் அதன் கன்னத்தில் முத்தமிட்டு அதை அங்கு நிற்கும் ராகவியின் பெற்றோரிடம் கொடுத்துவிட்டு "குழந்தை பத்திரமா பார்த்துக்கங்க" என்று கூறியவன் சற்றே நியாபகம் வந்தவனாய்,

"ராகவி கண் விழிச்சதும் சொல்லுங்கள் வந்து பார்க்கிறேன்" என்று கூறிவிட்டு தன் இருக்கைக்கு சென்று அமர்ந்து கொண்டான். சாயும் நாற்காலியில் சாய்ந்தவன் சற்று கண்களை மூடினான். எப்போதும் ஆர்த்தியின் நினைவலைகள் அவன் கண்முன்னே வந்து செல்வது தான் வழக்கம். ஆனால் இன்று ஏனோ மனம்பூராக ராகவியின் நினைவுகளே வந்து நிற்கிறது.

'ராகவி.. ராகவி' என்றபடி தன் உதட்டால் உச்சரித்தான். அவன் உச்சரித்தது அவனுக்கு மட்டுமே கேட்டிருக்கும். சற்று நேரத்தில் மீண்டும் ஓபி பேஷண்டுகளை கவனிக்க துவங்கினான்.

மதியம் மூன்று மணி தான். சாப்பிடுவதை கூட மறந்து போனான். ஆம், சாப்பிட்டால் மட்டும் செரிமானம் ஆகிவிடுமா என்ன? தன் மனைவி அப்படி படுத்திருக்கையில்...

"டாக்டர்... ராகவி கண் விழிச்சிட்டாங்க" என்று செவிலியர் வந்து சொல்ல உடனே எழுந்து சென்று அவள் படுத்திருந்த அறைக்கதவை திறந்து கொண்டு உள்ளே நுழைந்தான். அங்கு ராகவியின் பெற்றோர் அவனை கண்டதும், வெளியே வந்துவிட செவிலியரும் வெளியே

சென்றுவிட தற்போது தனியே இருவரும், ஆம் இருவர் மட்டுமே.

"ராகவி... ஆர்... யூ... ஓகே?" என்ற அவனுடைய கேள்வியில் அவளுடைய மொத்த உடல் அசதியும் காற்றில் கரைந்தது.

"சொல்லுங்கள் அர்ஜுன்.. நீங்க தான் ட்ரீட்மெண்ட் பண்ணதா அம்மா சொன்னாங்க. என்னை அப்படியே விட்ருக்கலாமே அர்ஜுன் நான் செத்துருப்பேன்ல" என்று உருக்கமாக கூற..

"ஏய் பைத்தியம் எதுக்கு சாகனும்? என்னடி பிரச்சினை உனக்கு. நீ போயிட்டினா அந்த குழந்தை என்னடி பண்ணும், இல்லை நாங்க தான் நிம்மதியாக இருநாதுடுவோமா சொல்லு?" என்றவனை ஏறிட்டு பார்த்தவள்,

"என்னால உங்களை மறக்க முடியல அர்ஜுன். நானும் எவ்வளவோ முயற்சி பண்ணி பார்த்துட்டேன். ஆனால் சத்தியமா உங்களை மறக்க முடியல அதான் இப்படி ஒரு முடிவு எடுக்கத் துணிந்தேன்" என்றாள் ராகவி.

இதை கேட்ட மறுகணம் அவனுடைய கை அவளுடைய கேசத்தை வருடிவிட நெருங்கியது. அவனது கரம் அவள் கேசத்தை பற்றியதும் அவளது கண்கள் மூடிக்கொண்டன, ஆனால் விழியோரம் கண்ணிர் மட்டும் உருண்டோடிக்கொண்டிருந்தது. மெல்ல அவள் தலையை வருடியவன்,

"ராகவி ப்ளீஸ் பழைய விஷயம் எல்லாம் இப்ப எதுவும் பேசவேண்டாம். உன்னோட இந்த வலிகள் எனக்கு புரியுது. ஆனால் இப்ப அதைப்பற்றி எதுவும் பேசவேண்டாம். நீ நல்லா ரெஸ்ட் எடு. கொஞ்சம் நாள்

போகட்டும் மறுபடியும் இதைப்பற்றி பேசி ஒரு நல்ல முடிவு எடுக்கலாம்" என்று அர்ஜூன் கூறிய வார்த்தைகளை கேட்டவள், மெதுவாக சற்று கண்களை திறந்து எழுந்து அமர முயற்சித்தாள்.

"அர்ஜூன் தாங்க்ஸ்" என்றால் விம்மியவாறு.

தனது கையைக்கொண்டு அவள் வாயை பொத்தியவன் "தாங்க்ஸ்" சொல்லி மறுபடியும் பிரித்து வச்சிடாத நம்ப உறவை என்று கூறியவனை ஏறிட்டு நேருக்கு நேராக கண்களை பார்த்தாள். இன்னும் கொஞ்சம் நேரம் இருந்தால் தான் அழுதுவிடுவோம் என்பதை உணர்ந்த அர்ஜூன்,

"நான் கிளம்புறன், நீ ரெஸ்ட் எடு. ஈவ்னிங் டிஸ்சார்ஜ் பண்ணிடுவேன். வீட்டுக்கு போயிட்டு நல்லா ஓய்வு எடு" என்றெல்லாம் சொல்லிவிட்டு அந்த இடத்தை விட்டு நகரந்தவன்,

"ஐ ..ஸ்டில்..லவ் யூ" என்று அவள் கூறிய வார்த்தையில் நின்றவன், திரும்பி அவள் முகத்தினை பார்த்து புன்னகைத்துவிட்டு வெளியே வந்தான். அவனறியாமல் ஏனோ ஓர் மாற்றம். ஒருபக்கம் அருவி இன்னொரு பக்கம் ராகவி. அவன் வாழ்வில் மீண்டும் ஒரு மாற்றம் இருக்குமா? முழுவதுமாக ராகவியை ஏற்றுக்கொள்வானா? பொறுத்திருந்து பார்ப்போம்.

அத்தியாயம் - 7

அர்ஜுனின் நாட்கள் இப்படியே நகர்ந்துகொண்டிருக்க, அவனது வாழ்வில் ஒரு புதிய திருப்புமுனை ஆம் அவனுக்கு திருச்செந்தூர் ஊரில் உள்ள அரசு மருத்துவமனையில் வேலை கிடைத்துவிட்டது. அரசாங்கம் வேலை என்றால் யார் தான் விடுவார்கள்? நம் அர்ஜுன் மட்டும் விதிவிலக்கா, அவன் அந்த ஊருக்கு விரைந்துவிட்டான். தாய் காந்திமதி அவ்வப்போது அங்கு சென்று அவனுக்கு தேவையான உதவிகள் செய்துவிட்டு வருவாள். தம்பி அகிலும் அவ்வப்போது வந்துவிட்டு செல்ல, அர்ஜுனிற்கு தனியே வசிக்கும் கஷ்டம் எதுவும் பெரியதாக தெரியவில்லை. அவனுக்கு கவர்மென்ட் குடியிருப்பு வசதியும் இருந்தது. தினமும் பணிக்குச் சென்று வீடு திரும்பியதும் குளித்து முடித்துவிட்டு கடலோரத்தில் அமைந்திருக்கும் அந்த முருகன் கோவிலுக்கு சென்று சற்று மன ஆறுதலை தழுவிக்கொண்டான்.

மருத்துவமனையிலிருந்து மாலை அன்று வீடு திரும்பிய ராகவி, அவன் விரைவில் சேர்ந்துவிடுவான் என்ற நம்பிக்கையில் கலகலப்பான முகத்துடன் உலாவத்துவங்கினாள். அருவியோ தந்தையின் ஸ்பரிசத்தை உணர்ந்த பொருட்டில் தந்தையை தேட ஆரம்பித்து அழத்துவங்கினாள். இப்படி ராகவியின் நாட்கள் கழிந்துகொண்டே இருந்தது.

ஆர்த்தியோ தனது அன்றாட ஆர்.ஜே வேலையில் மூழ்கியவள், அடுத்து என்ன புதுவிதமான நிகழ்ச்சி செய்யலாம் என்பதிலேயே கவனம் கொள்ள துவங்கினாள். இப்படி மூன்று வெவ்வேறு துருவங்களும் தங்களது எண்ணம்போல் நாட்களை உருட்டிக்கொண்டிருக்க.. விதி

யாரை யாரோடு சேர்த்து வைக்கும் என்பது யாரும் அறியாத ஒன்று.

....

'திருச்செந்தூர் உங்களை அன்புடன் வரவேற்கிறது' என்ற வரவேற்பு பலகையில் அச்சிடப்பட்டிருந்ததை பார்த்தவுடன் ஆர்த்தியிற்கு ஒருவித சந்தோஷம். ஆம் ஆர்த்தி தற்போது திருச்செந்தூர் வந்தடைந்தாள்.

ஏன்? எதற்கு? வாருங்கள் பார்ப்போம்.

காரில் வந்து இறங்கியதும் சட்டென்று தன் சித்தப்பா மகளை கட்டியணைத்து "ஏய் வாலு பொண்ணு ஆழாக்கு மாதிரி இருந்துட்டு எம்புட்டு வேலை பண்ணியிருக்க கடைசியா கல்யாணத்துல வந்து நிப்பாட்டிட்ட" என்று உடன்பிறவா சகோதரி கீர்த்தியை நக்கலடிக்க..

"அட போக்கா நீ வேற காமெடி பண்ணிட்டு. நான் எவ்வளவு சிரமம் பட்டு வீட்டில் ஒத்துக்க வச்சேன் தெயியுமா" என்று சலித்துக்கொள்ள ஆமா பெரியப்பா பெரியம்மா என்று கேட்டதும் அவர்கள் காரில் மெதுவாக கதவை திறந்து இறங்கி "அம்மாடி கீர்த்தி என் செல்லமே கல்யாண கலை வந்து எவ்வளவு அழகா இருக்க என் கண்ணே பட்டுடும் போல" என்று த்ரிஷ்டி உடைக்க..

"பெரியம்மா உன் ஆசிர்வாதம் கிடைச்சிருச்சுல இனிமே என் லைப் சூப்பர் தான். வாங்க பெரியம்மா உள்ள போய் பேசுவோம்" என்று அனைவரும் உள்ளே சென்றனர். ரொம்ப நாள் கழித்து உறவினர்கள் அனைவரையும் பார்த்த சந்தோஷத்தில் தன் வேலை களைப்பை எல்லாம் மறந்தவளாய் மகிழ்ச்சியின் எல்லைக்குள் சென்றாள் ஆர்த்தி.

கல்யாண வீடு என்றால் சும்மாவா ஆட்டம் பாட்டம் கொண்டாட்டம் தானே அப்படித்தான் அங்கேயும். இவர்கள் பேசிக்கொண்டிருந்த தருவாயில் இன்னொரு கார் வந்து நின்றது. முன் இருக்கையில் அமர்ந்திருந்த 34 வயது மதிக்கத்தக்கவன் முழங்கை ஸ்லிம் பிட் சட்டையும் ஜீன்ஸும் அணிந்தவனாய் பார்க்க சினிமா நடிகன் போல் இருக்க... அவனுடன் பின்னிருக்கையில் அமர்ந்திருந்த அவனது பெற்றோரும் இறங்க, அதை பார்த்த ஆர்த்தியின் தந்தை...

"வாங்க மாமா... வா அக்கா எப்படியிருக்க" என்று வரவேற்க ஆர்த்தியிற்கு ஒன்றும் புரியவில்லை.

"ஏய் கீர்த்தி இவங்க யார்" என்று ஜாடமாடையில் கேட்க அவளோ மெல்லிய குரலில் "அக்கா இவங்க நம்ப அப்பாவோட ஒன்று விட்ட அக்கா முறை அப்படினா நமக்கு அத்தை முறை. அந்த சந்தன கலர் சட்டை அவங்க பையன் பேரு "பவித்ரன்"

"பவித்ரன்" ம்ம்ம் நல்ல பெயர் என்று சப்புக்கொட்டிவிட்டு அந்த இடத்தை விட்டு அகல.. பவித்ரனின் பார்வை ஆர்த்தியை விட்டு அகலவில்லை.

"விட்டா விழுங்கிடுவான் போலருக்கு" என்று நினைத்துக்கொண்டே அந்த இடத்தை விட்டு செல்ல...

அவளை பின் தொடர்ந்தான் பவித்ரன்.

"ஹாய்... ஐயம் பவித்ரன்" என்று தன்னை அறிமுகம் செய்தவாறு கை நீட்டினான்.

"ஐயம் ஆர்த்தி" என்றாள் வணக்கம் வைத்தபடி.

அவளின் செய்கைகள் ஒவ்வொன்றும் அவன் நோட்டமிட ஆரம்பித்தவனாய் அவளை தன் மனதினுள் புகுத்திக்கொண்டான். ஆனால் இன்னும் அவனை ஒரு நண்பனாகக் கூட அவள் அங்கீகரிக்கவில்லை.

பெரியோர்கள் பேச்சுவாக்கில் ஆர்த்தியும் பவித்ரனும் ஒரே வயது உடையவர்கள் இருவருக்கும் மணமுடித்தால் நன்றாகவே இருக்கும்... ஆர்த்தியிற்கும் வயது கடந்து கொண்டே இருக்கிறது.. சொல்லப்போனால் இதுவே தாமதம் தான் என்று பேசிக்கொள்ள....

அப்போது தான் தன் வயது பற்றியே கவலைப்பட்டாள் ஆர்த்தி. "ஆமாம்ல 34 முடியபோது, நம்முடன் படித்த அனைவருக்கும் குடும்பம் குழந்தை குட்டினு இருக்கிறப்ப நான் மட்டும் தனிமரமாய்..... என்ற சிந்தனை ஓடிக்கொண்டிருந்தது. 15 வயதில் அர்ஜுன் மீது காதல் கொள்ள.. அந்த காதலும் விலகியே போனது. ஆனால் என் வார்த்தைக்கு கட்டுப்பட்டு இன்று மருத்துவராய் வந்து என் கண்கள் முன்னே நிற்க, உண்மை காதலுக்கு இதுவே அடையாளம் என்பது போல் தோன்றியது. ஆனால் அவருடன் சேர்ந்து நான் வாழவா முடியும்? அவருக்கு மனைவி குழந்தை இருக்கிறது. என்றைக்கு இருந்தாலும் அவர் மனைவியுடன் சேர்ந்து வாழ நேரிடும்.

'சை.. இதெல்லாம் ஏன் இப்ப நான் இப்படி யோசிச்சிட்டு இருக்கேன்' என்று தனக்கு தானே சமாதானம் செய்து கொள்ள, பெரியவர்கள் சொன்னதுபோல் கீர்த்தியும் ஆர்த்தியை மூலை சலவு செய்தாள்.

"அக்கா பவித்ரன் நல்லா அழகா இருக்காருக்கா..நல்லா ஸ்மார்ட்டாக சேன்ஸே இல்லை.." என்று ஆரம்பிக்க

"ம்ம்ம் அப்படியா அப்ப உன் மாப்பிள்ளை கேன்ஸல் பண்ணிட்டு பவித்ரனை கட்டிக்க" என்று ஆர்த்தி நக்கலடிக்க..

"அக்கா.. ரொம்ப தான் உனக்கு" என்றாள் சிரித்தவாறு.

"என்னடி வேணும் உனக்கு" என்று ஆர்த்தி அவளை நோக்கி கேக்க..

"பவித்ரன் உனக்கு நல்ல ஜோடியாக இருப்பாருனு என் மனசுக்கு தோன்றுது. நீ வேணும்னா அவர்கிட்ட பேசி பாரேன் பிடிச்சா கட்டிக்கோ என்ன தப்பு இருக்கிறது" என்று சொல்ல... தங்கையை ஏறிட்டு பார்த்தவள், என் மனதில் இருக்கும் வலி உனக்கு எப்படி டி புரியும் என்ற நோக்கத்தில் உதட்டோரம் ஒரு சிறிய புன்னகையை பதிலாகத் தந்துவிட்டு தன் சேலையை மடிக்க துவங்கினாள். ஆம் அவரவர் மனது வலி அவரவருக்கு அல்லவா?

அத்தியாயம் - 8

திருமணத்திற்கு இன்னும் இரண்டு நாட்களே உள்ள நிலையில், முஹூர்த்தம் சேலையும் வேட்டியையும் முருகன் சன்னதியில் வைத்து சாமி கும்பிட்டு வர அனைவரும் தயாராகிக்கொண்டிருந்தனர். நல்ல அரக்கு நிறப்புடவை ஒன்றை உடுத்தியவள், கழுத்தில் சின்ன கோல்ட் செயின் தலையில் முழம் மல்லிகை என பார்க்க அவ்வளவு அம்சமாக இருந்தாள் நம் ஆர்த்தி..

"என்னக்கா என்னைவிட ஜோரா தயார் ஆகிட்ட ம்ம்ம் நடத்து நடதது" என்று கலாய்க்க ஆரம்பித்தாள் கீர்த்தி. இதற்கிடையில் கீர்த்தியின் அம்மா உள்ளே நுழைய "ஏய் கோவிலுக்கு நேரமாகுது இங்கே என்ன கதை அடிக்கிறிங்க வாங்க பவித்ரன், கார் ஸ்டார்ட் பண்ணிட்டான்" என்றழைக்க இருவரும் அசடுவழிய வெளியே வந்தனர்.

பவித்ரன் காரை செலுத்த முன்னிருக்கையில் கீர்த்தியின் அம்மாவும் பின் இருக்கையில் ஆர்த்தியும் கீர்த்தியும் மற்றும் ஆர்த்தியின் அம்மாவும் உக்கார்ந்து கொள்ள, கண்ணாடியை சரிசெய்யும் பொருட்டில் ஆர்த்தியை நோட்டமிட்டான் பவித்ரன். இதையெல்லாம் கவனித்த கீர்த்தி நமட்டு சிரிப்பு சிரிக்க கோவிலுக்கு வந்தடைந்தனர். சற்று தூரத்தில் இன்னொரு காரில் மற்ற அனைவரும் வந்தனர்.

"ஆர்த்தி உங்கள் கார் ட்ரைவர் சென்னை டூ திருச்செந்தூர் எவ்வளவு வாங்கினாரு" என்று காரிலிருந்து இறங்கியவன் அவளிடம் பேச்சை துவங்க.. அவளோ பதில் சொல்ல வாய் வந்தாலும் அவனையே பார்த்தாள்.

"ஹலோ உங்களை தான்" என்றான் சிட்டிகை போட்டபடி.

"அது அது வந்து 2000 வாங்கினாரு. பெட்ரோல் செலவு தனி தான். ஆமாம் ஏன் இதெல்லாம் கேக்குறீங்க" என்றாள் வியப்பாக. அதற்கு அவன் "அவனை நிப்பாட்டிட்டு நான் உங்கள் கார் ட்ரைவர் ஆகிடலானு பாக்குறேன். அட்லீஸ்ட் உங்களை ட்ராப் பண்ற பாக்கியம் அடிக்கடி கிடைக்கும்ல" என்று புன்னகையிக்க, அவளோ முறைத்தபடி அந்த இடத்தை கடக்க முயன்றாள்.

"பவித்ரன், அக்கா உங்களை முறைச்சிட்டு போறா நீங்க என்னடானா சிரிக்கிறீங்க" என்று கீர்த்தி பவித்ரன் தோளை தட்டியவாறு கூற அவனோ

"அட நீ வேற கீர்த்தி... இதெல்லாம் உனக்கு புரியாது. போ போயி சாமிக்கு அர்ச்சனை டிக்கெட் வாங்கு" என்று அனுப்ப, கீர்த்தி சற்று ஊங்கொட்டியபடி,

"அது சரி எங்களுக்கு எதுவும் தெரியாமல் தான் காதல் முதல் கல்யாணம் வரை வந்து நின்னுருக்கோமா ஆளப்பாரு" என்று கீர்த்தி கூற அவளை எதிர்நோக்கி புன்னகையித்தவன்..

"உண்மை தான் கீர்த்தி இந்த விஷயத்தில் நீ சீனியர் தான்.. அதுக்காக ராகிங் எல்லாம் பண்ணிடாத மா" என்று நக்கலடிக்க அவளோ பதிலுக்கு சிரித்துவிட்டு அந்த இடத்தை விட்டு நடந்தாள்.

கோவிலில் கூட்டம் நெரிசல் ஒருவர் பின் ஒருவராக கூட்டத்தில் நின்றனர். பவித்ரன் பின்னால் ஆர்த்தி எதர்ச்சையாக நிற்க, கூட்டம் அலைமோதும் தருவாயில் தற்செயலாக அவ்வப்போது அவன் முதுகில் சாய, சற்று சங்கோஜமான நிலையில் நின்றுகொண்டு

இருந்தாள். சாமி தரிசனம் அபிஷேகம் நடந்துக்கொண்டிருந்தது, வெற்றிவேல் முருகனுக்கு அரோஹரா என்ற முழக்கத்துடன் அனைவரும் கைகூப்பி நின்றனர்.

இவர்கள் கொண்டு வந்த முஹூர்த்தம் புடவை மற்றும் வேட்டியை சாமி பாதத்தில் வைத்துவிட்டு ஐயர் எடுத்து வந்து அவர்களிடம் ஒப்படைக்க, எல்லோரும் வணங்கிவிட்டு விபூதி இட்டுக்கொண்டு சன்னதியை விட்டு விலகி நடந்தனர். கடலோரத்தில் அமைந்திருக்கும் கோவில் என்பதால் கடல்அலைகளின் ரம்மியமான ஓசையும் மனதுக்குள் இதமாக இருக்கும்.

சிறிது நேரம் கடற்கரையில் அமர்ந்துவிட்டு போகலாம் என்று அனைவரும் வட்டமாக அமர... எதர்ச்சையாக நம் கதாநாயகி ஆர்த்தி அர்ஜூனை பார்த்தாள். ஆம், அவனும் வழக்கம் போல் அன்று மாலை வந்திருந்தான் போலும்.

ஆனால் சிறிதளவும் அவன் கவனிக்கவில்லை, எதையோ சிந்தித்தபடி அவன் இருந்தான். ஆனால் ஆர்த்தியோ சிறிதும் அசராமல் அவனையே பார்த்துக்கொண்டிருந்தாள்.

'அர்ஜூன் ஒருவாட்டி ஆச்சும் திரும்பி பாரேன்' என்றது அவளது மனம். ஆனால் அவன் திரும்பவேயில்லை.

"ஆர்த்தி.. யாரை ரொம்ப நேரமா பாக்குறீங்க" என்றான் பவித்ரன்.

"தட் இஸ் நன் ஆப் யுவர் பிஸினஸ்" என்று ஆங்கிலத்தில் கூறிவிட்டு திரும்பிக்கொண்டாள். இதை கவனித்த கீர்த்தி பவித்ரனிடம்,

"அவளை கொஞ்சம் தனியே விடுங்கள் பவித்ரன். ஏன் எப்பப்பாரு அவளோட செய்கையை கவனிக்கிறீங்க" என்று கேட்க ஒரு நீண்ட பெருமூச்சு விட்டவன்

"ஓகே சாரி" என்று ஆர்த்தியின் காதுகளுக்கு கேட்க்கும் படியே கூறினான்.

சிறிது நேரத்தில் அனைவரும் புறப்பட தனது சேலையை உதறியவாறு தன் காலணியை மாட்டிக்கொண்டு ஆர்த்தியும் ஆயுத்தமானாள். தற்செயலாக தற்போது அர்ஜுன் அவளை பார்த்தான். ஆனால் இந்த முறை அவள் நோக்கவேயில்லை..

"ஆ..." என்று அவள் பெயரின் முதல் எழுத்தை உச்சரிக்க துவங்கியவன் அவளை சுற்றி கூட்டம் இருப்பதால், அப்படியே வார்த்தைகளை விழுங்கிவிட்டான். அவளும் சென்றுவிட்டாள். சிறிது தூரம் நடந்தவள் 'எதையோ மறந்து வச்சிட்டு வந்துட்ட மாதிரி இருக்கு' என்று தான் அமர்ந்திருந்த இடத்திற்கு வந்தவள் அங்கிருந்த அவளுடைய கைகுட்டை எடுத்து நிமிர்ந்து பார்க்க அர்ஜுன் தன்னை பார்ப்பதை புரிந்து கொண்டவள்,

"அர்ஜுன்..," என்றாள் அவன் பெயரை முழுமையாக உச்சரித்தப்படி சற்றும் தயக்கம் இல்லாமல் அவனருகே சென்று நின்றவள். தான் ஒரு திருமணத்திற்கு வந்திருப்பதாகவும், தானும் அந்த திருமணத்திற்கு வாருங்கள் எனவும் அவனை அழைத்தாள்.

"ஆர்த்தி, அகில் சென்னைல இருந்து வந்திருக்கான். அதனால் முடிஞ்சா வரேன் கல்யாணத்துக்கு" என்று கூறியவனை எதிர்நோக்கியவள், "அப்போ அகிலையும் கூட்டிட்டு வாங்க" என்றழைத்தாள். அவளது அழைப்பை மறுக்க முடியவில்லை அவனால்.

"சரி வரேன்" என்றவன் மீண்டும் எதையோ சொல்ல எத்தனிக்கும் போது இவள் பை என்று சொல்லி விட்டு கிளம்ப...

"ஆர்த்தி நான் திருச்செந்தூர் வந்த விஷயம் உன்கிட்ட சொல்லாம விட்டதுக்கு மன்னிச்சிரு" என்று உரக்க கத்தினான்.

திரும்பி நோக்கியவள் அதெல்லாம் எதுவும் நினைக்கவில்லை என்று கண்களால் உணர்த்திவிட்டு கிளம்பினாள். கார் ஸ்டார்ட் செய்ய தயார் நிலையில் இருந்தான் பவித்ரன். எல்லோரும் பின் சீட்டில் அமர்ந்திருக்க முன் இருக்கையில் அமர நேரிட்டது ஆர்த்தியிற்கு. ஏறி அமர்ந்தவள் ஒருமுறை ஏறிட்டு அவனை பார்த்து "சாரி பவித்ரன்" என்றாள்.

இந்த சாரி எதற்கு என்று புரியாமல் அவனும் காரை செலுத்தினான். அனைவரும் வீடு வந்து சேர்ந்தனர். அறையில் தனது சௌகரியமான உடையிற்கு மாறிய ஆர்த்தி வீட்டின் முற்றத்தில் இருக்கும் சோபாவில் அமர்ந்தாள். அங்கு எதர்ச்சையாக அவள் பக்கத்தில் அமர்ந்த பவித்ரன்..

"சாரி எதுக்குனு தெரிஞ்சிக்கலாமா" என்றான்..

அத்தியாயம் - 9

அதற்கு அவள் அவனை எதிர்த்து நோக்க இயலாமல் ஓரப்பார்வையால் பார்த்து விட்டு "அந்த சாரி எல்லாத்துக்கும் சேர்த்து தான்" என்று கூற அவனுக்கு விளங்கவேயில்லை. மீண்டும் அவளிடம்,

"என்ன? எல்லாத்துக்கும் அப்படினா?" என்று தோட்டா போல் கேள்வியை நுழைக்க,

"இல்லை பவித்ரன், நீங்க என்னை விரும்புறது எனக்கு புரியுது ஆனால் உடனே என்னால சரியென்று எடுத்துக்க முடியாது. இன்பேக்ட் நீங்க என்னோட உறவினர் வீட்டு பையனாக இருந்தாலும், உங்களை இந்த கல்யாண வீட்டில் தான் முதன் முதலில் பார்த்தேன் அதனால கொஞ்சம் டைம் வேணும்.." என்று சொல்லிவிட்டு சுற்றிமுட்டி யாரெனும் அவள் பேசுவதை கேட்கின்றனரா என நோட்டமிட்டாள்.

அவள் கூறிய பதிலில் அவனுக்கும் எல்லாம் புரிந்து விட்டது. இதை நீ முன்கூட்டியே என்னிடம் உரைத்திருக்கலாமே என்ற தோரணையில் ஒரு எளிமையான புன்னகையை தந்துவிட்டு அந்த சோப்பாவிலிருந்து எழுந்தான். எழுந்து சென்று மொட்டை மாடி படியினை ஏறத்துவங்கினான்.

அவன் ஒவ்வொரு படி ஏறும்போதும் ஆர்த்தியின் குரலோசை அலைவதிர்ச்சி அவன் மனதில் கேட்டுக்கொண்டு இருந்தது. ஆம், ஒருவரை நாம் காதலிக்க துவங்கினால், செல்லும் இடமெல்லாம் அவருடைய நினைவுகளும் குரலோசையும் அதிர்வுகள் போல மனதில் கேட்டுக்கொண்டு இருக்கும் அல்லவா

அப்படித்தான் இவனுக்கும். இந்த கல்யாணத்திற்கு அவன் வந்ததே பெரிய விஷயம்.

ஆம், போட்டோகிராபர் துறையில் பணியாற்றும் அவனுக்கு புகைப்படங்களும் இயற்கை காட்சிகளுமே மனதில் ஓடிக்கொண்டிருக்கும். அவர்களுடைய முதல் காதலியே கேமரா தான். அப்படியிருக்க இரண்டாவது முறையாக ஆர்த்தியை காதலியாய் ஏற்றுக்கொண்டு அவளை தனக்குள் புகுத்திக்கொண்டான்.

அவன் மொட்டைமாடியில் நின்றுக்கொண்டு இருக்க, அவன் கண் எதிரே மின் விளக்குகளும், சுற்றிலும் மரங்களும், நட்சத்திரங்கள் வரத்துவங்கிய வானமும் காட்சியளிக்க, ஏதோ சுதந்திரம் கிடைத்த பறவை போல் உலாவத்துவங்கினான். அவனது சுதந்திரத்தை கட்டியாள வருவதுபோல ஆர்த்தி வந்தாள்.

'அட இது என்ன ஆச்சரியம், ஆர்த்தி மாடிக்கு வந்திருக்கா? ஒருவேளை நம்ப கிட்ட இன்னும் பேசுறதுக்கு எதாவது இருக்குதோ' என்று நினைத்தவாறு அவளைப் பார்க்க, அவளோ தனது கைபேசியைக்கொண்டு யாரிடமோ பேசிக் கொண்டிருந்தாள். யாரிடம் பேசுகிறாள் என்று நோட்டமிட அவனது மனம் ஏங்கினாலும் சை அது அநாகரிகமான செயல் என்று உணர்ந்து விலகிக்கொண்டான்.

அவளது உரையாடலோ சற்று நீண்டு கொண்டே போனது, ஆம், அர்ஜுனின் அழைப்பில் தான் உரையாடிக்கொண்டிருக்கிறாள். எதர்ச்சையாக கோவிலோரம் கடற்கரையில் சந்தித்தது மற்றும் கீர்த்தியின் திருமணம் உள்பட எல்லாம் அவனிடம் பேசிக்கொண்டிருந்தாள்.

அர்ஜுன், அர்ஜுன்.. என்ற பெயர் மட்டும் அவ்வப்போது பவித்ரனின் செவிகளில் கேட்டுக்கொண்டிருக்க.. இது யாரடா நம்ப கதையில என்று யோசித்துக்கொண்டிருந்தான். யார் அந்த அர்ஜுன் என்ற கேள்வி மனதினுள் கேட்க, இதை அவளிடம் நேரடியாக கேட்டுவிட எத்தனிக்கும் போது தான் அவளும் அழைப்பை துண்டித்து விட்டு கீழ இறங்கும் தருவாயில் அவளை பெயரிட்டு அழைத்தான். அவனது அழைப்பில் நின்றவள் அவனை திரும்பி பார்த்து என்ன என்பது போல் புருவத்தை உயர்த்த, அவனோ ஒன்றுமில்லை என்பது போல் தலையை வலது இடதுமாக ஆட்டினான். என்னவோ கேட்க வந்தவன் அப்படியே நிப்பாட்டிட்டானே என்று யோசித்தவள்,

"பவித்ரன் என்கிட்ட எதாவது தெரிஞ்சிக்கனுமா?" என்று வினவ,

"ப்பா.. எப்படியோ பாயிண்ட் பிடிச்சிருக்கா அவளே ம்ம்ம் கேட்டுடுவோம்" என்று மனதில் கூறிக்கொண்டு வாய்வழியாக "ஆமாம், யார் போன்ல ப்ரண்டா?" என்று கேட்டான் தோள் குலுக்கியபடி.

"ப்ரண்டு இல்லை ஆனால் ப்ரண்டு மாதிரி தான். பெயர் அர்ஜுன்," என்றாள் சற்று சாதாரணமாக.

அதை கேட்டவன் சரி என்பதுபோல் தலையசைத்துவிட்டு திரும்பிக்கொண்டு அங்கும் இங்கும் பார்வையை அலையவிட்டான்.

இதுக்கு தான் கீழ இறங்கி போறவள கூப்பிட்டு நிப்பாட்டி வச்சிங்களாக்கும் என்று சலித்துக்கொள்ள சட்டென்று திரும்பியவன்.

"ஆர்த்தி...சாரி" என்றுரைத்தான்.

"என்ன?" என்றாள் புரியாதவளாய்.

"ஆமாம் ஆர்த்தி. சாரி, உன் ப்ரைவேசில நான் ரொம்ப தலையிடுறனோ என்று தோன்றுது மன்னிச்சிரு" என்று உரைக்க அவனது பேச்சை காதில் வாங்கியவள், இந்த ப்ரைவேசி தலையீடு என்பது காதலர்களுக்குள்ளோ அல்லது கணவன் மனைவி இடையிலோ வருவது இயல்பு தான் என்றாலும் எல்லோரும் ஒரே போல் எடுத்துக்கொள்ள மாட்டார்கள் என்று அவனிடம் தெரிவித்தவள்,

"எது எப்படியோ பவித்ரன், நீங்க ஒவ்வொரு விஷயமும் என்னை அனாலைஸ் பண்றது எனக்கு ரொம்ப பிடிச்சிருக்கு. நான் என்ன பண்றேன் ஏது பண்றேனு ஒவ்வொரு விஷயத்தையும் கவனிக்கும்போது இதுல நீங்க என்மேல வச்சிருக்க காதல் வெளிப்பாடு நல்லாவே தெரியுது" என்று சொல்லி புன்னகையிக்க அவனோ நிதானித்து,

"தாங்க்ஸ் ஆர்த்தி பட் உங்கள் பதில் எப்போ சொல்லுவிங்க?" என்று கேட்க.

"பதிலா? ஹலோ நீங்க என்னமோ அப்படியே கையில் பூங்கொத்துடன் ப்ரொபஸ் பண்ண மாதிரியும் நான் பதில் எதுவும் சொல்லாத மாதிரியும்.. ஹாஹா முதல்ல ப்ரொபஸ் பண்ணுங்க அப்றம் பார்க்கலாம்" என்றாள் அவனை நேருக்கு நேர் நோக்கி.

"அப்போ நான் ப்ரொபோஸ்ல வீக்குனு நினைக்கிறிங்களா? ஏங்க நான் என்ன காலேஜ் படிக்கிற பையனா வந்து லெட்டர் கொடுத்து காதலை புரியவைக்கிறதுக்கு, முப்பத்தினாலு வயசு ஆயிடுச்சு அதுக்கு ஏத்த மாதிரி கொஞ்சம் மெச்யூர்டா ப்ரொபஸ் பண்ணணும் என்று தான் என் காதலை நீங்களே புரிஞ்சிக்கிற மாதிரி என்னோட செயலால் உணர்த்தினேன்.

விடுங்க விடுங்க உங்களுக்கு என்ன ப்ரொபஸ் தானே பண்ணிடுவோம்" என்று சிரித்துக்கொண்டே கூறிவிட்டு அவளை பார்வையால் கைதுசெய்தான்.

நாள் நகர கீர்த்தியின் திருமண மேடை அலங்கரித்து அதில் மணமகள் அமர்ந்து ஹோமம் சாமானை போட்டு ஐயர் சொல்லும் மந்திரங்கள் சொல்லிக்கொண்டிருக்க, மணமகனும் அவ்வாறே செய்ய தாலி கட்டும் நேரம் நெருங்கிக்கொண்டிருக்க.

சட்டென்று ஒரு குரல் "நிறுத்துங்க கல்யாணத்தை" என்று, அது ஒரு பெண்ணின் குரல். ஆம் அனைவரையும் திரும்பி பார்க்க வைத்தது.

"டேய் த்ரோகி என்னை லவ் பண்ணி ஏமாத்திட்டு இப்ப இந்த பொண்ணை லவ் பண்ணி, மணமேடை வரை வந்துட்டியா ராஸ்கல்!" என்று மிரட்டல் தோணியில் உரைக்க மண்டபத்தில் இருந்த அனைவருக்கும் ஒன்றுமே விளங்கவில்லை. கீர்த்தியின் கண்கள் சிமிட்டாது அந்த கூக்குரல் இடும் பெண்ணையே பார்த்து கொண்டிருந்தது.

சிறிது நேரத்தில் மண்டபத்தினுள் பெண் காவலர் ஒருவர் அரஸ்ட்வாரண்ட் நீட்டியபடி மாப்பிள்ளையின் கையில் விளங்கு மாட்டி அழைத்து செல்ல கீர்த்தியின் முகம் வியர்த்தது. தப்பான ஒரு தேர்வை மணவரை வரை அழைத்து வந்துட்டோமே என்ற கவலை ஒருபக்கம், ஒரு தப்பானவனிடமிருந்து தப்பித்தோமே என்ற ஆறுதல் மறுபக்கம்.

அங்கு நிலவும் சூழ்நிலை எல்லோருக்கும் ஓரளவு புரிய ஆரம்பித்தது. மணமகள் கீர்த்தியின் பெற்றோர் நிலைகுழைந்து போயினர். மேடை வரை வந்து நின்றுபோனதால் இனி தன் மகளின் வாழ்க்கை என்ன என்பது போல் வருந்தினார்.

கீர்த்தி ஒருபுறம் மாலையை கழட்டி விட்டு தடுமாறி சாய்ந்தவள் அவமானத்தில் தலைகுனிந்தபடி அழுதாள். விம்மி விம்மி அவள் அழுதது பார்ப்போரை வருந்த வைத்தது.

"கல்யாணம் இப்படி நின்னு போனது சரியில்லை இனி உன் பொண்ணு வாழ்க்கை கேள்விக்குறி தான். ஒழுங்கா சொல்ற பேச்சு கேட்டுட்டு இல்லாத காதல் கீதல் என்று எங்கயோ போய் விழுந்தால நல்லா வேணும்" என்று உறவினர் ஒருவர் கூச்சலிட..

மீண்டும் ஓர் குரல் ஒலித்தது...

"கீர்த்தியிற்கு சம்மதம் என்றால் நான் அவளை திருமணம் செய்து கொள்கிறேன்" என்று. அந்த குரல் வந்த திசையை அனைவரும் பார்க்க...

அது அகிலின் குரல்..

அத்தியாயம் - *10*

அகிலின் குரல் அனைவரையும் திரும்பி பார்க்க வைத்தது. அவன் என்ன சொல்ல எத்தனிக்கிறான் என்பதை அனைவரும் ஆவலுடன் தங்களது செவிகளை அவன் பக்கம் சாய்த்தனர். சுற்றி இருந்த கூட்டத்தை அவன் எள்ளளவும் பொருட்படுத்தவில்லை, ஆம், அவனுடைய ஒரே நோக்கம் கீர்த்தியின் குடும்பத்தை அவமானத்திலிருந்து காக்க வேண்டும் என்பதே!

அர்ஜுன் எவ்வளவு தடுத்தும் அவன் கேட்பதாகயில்லை. கீர்த்தியின் தந்தையிடம்,

"அங்கிள் என் பெயர் அகில், இந்த கல்யாணத்துக்கு தற்செயலா ஆர்த்தியோட அழைப்புல என் அண்ணன் கூட வந்தேன். சத்தியமா இதுக்கு முன்னாடி உங்கள் பெண்ணை நான் பார்த்தது கூட இல்லை. எனக்கு ஓரளவு வருமானம் வருது, சென்னைல சொந்தமான ப்ளாட்டில் குடியிருக்குறோம். உங்கள் பொண்ணை நான் கல்யாணம் பண்ணிக்கிறேன், உங்களுக்கு சம்மதமா?" என்று கேள்வியை அவர் முன்பு சமர்ப்பித்தான், சற்று அவனை பற்றி அறிமுகம் செய்தவாறு.

கீர்த்தியின் தந்தை அவனது அணுகுமுறையில் மயங்கியவராக மகளின் கல்யாணத்தை இவனை மணமகனாக்கி எப்படியேனும் அரங்கேற்றிவிட வேண்டும் என எண்ணியவர்,

"வாங்க மாப்பிள்ளை வந்து மேடைல உக்காருங்க," என்றார் கையில் தாலி அளிக்கப்பட்டு அதை எல்லோருக்கும் தூக்கி காட்டிவிட்டு கெட்டிமேளம்

முழங்கியபோது கீர்த்தியின் கழுத்தில் மங்களநாண் முடித்தான் அகில்.

"டேய் அகில்" என்றபடி தலையில் கைவைத்தபடி அர்ஜுன் நிற்க, இவனுக்கு மயக்கமே வந்துவிட்டது அருகில் இருந்த ஆர்த்தியோ அவனை தாங்கி பிடித்து,

"அர்ஜுன் என்ன உன் தம்பி இப்படி ஒரு முடிவு எடுத்துட்டான். இதை எப்படி சமாளிப்பது உங்கள் வீட்டில்?" எனக்கூற அவனோ செய்வதறியாது திகைத்தான்.

தாலியும் கட்டியாகிட்டு மணமக்களை அழைத்துச் சென்று பால் பழம் தந்துவிட்டு மனமகனாகிய அகிலின் வீட்டுக்கு அழைத்து சென்றனர். இவர்களுடன் அர்ஜுன் சென்றான். சூழ்நிலையை சமாளிக்க முன்கூட்டியே ஒத்திகை பார்த்துக்கொண்டிருந்தான் அர்ஜுன். ஆனால் எந்த சலனமும் இலாலாமல் அமைதியாக காரில் அமர்ந்து பாட்டு கேட்டபடி வந்தான் அகில்.

"அகில் அது எப்படி டா இவ்ளோ கூலா இருக்க?" என்று வினவினான் அர்ஜுன்.

"இதுல என்ன இருக்கு? டிவோர்ஸ் வாங்கிட்டு வந்த நீயே கூலா இருக்கிறப்ப தாலி தானே ப்ரோ கட்டினேன். இதுல ஃபீல் பண்றதுக்கு என்ன இருக்கு?" என்றான் சாதாரணமாக பாட்டுக்கு தாளம் தட்டியவாறு.

"டேய்! ஆனாலும் உனக்கு இவ்வளவு எகத்தாளம் ஆகாது டா," என்றான் அர்ஜுன் முறைத்தபடி. அவனது முறைப்பில் சூழ்நிலையை சற்று புரிந்தவனாக, "அர்ஜுன் விடு பார்த்துக்கலாம். இதோ வீடே வந்தாச்சு இறங்குவோம்."

கீர்த்தியின் கண்கள் பயத்திலும் பதற்றத்திலும் தவித்துக்கொண்டிருந்தது. கழுத்தில் மாலையும் நெஞ்சுவரை தொங்கும் மங்களநாணும் நான் இருக்கிறேன் உன்னுடன் என்பது போல் கீர்த்தியை தழுவிக்கொண்டு இருந்தது.

மின்தூக்கி மூலம் அவர்கள் குடியிருக்கும் மாடிக்கு அனைவரும் சென்றனர். கதவை தட்டியபோது காந்திமதி கதவை திறந்தார்.

"அகில்.... என்னடா! யார் இந்த பொண்ணு மாலையும் கழுத்துமா கூட்டிட்டு வந்துருக்க?" என்றவாறு புரியாமல் கேள்வி எழுப்ப நடந்ததை ஒப்புவித்தான் அர்ஜுன்.

காந்திமதி எதுவும் பேசவில்லை. சிறிது நேரம் மௌனம் காத்தவள், உள்ளே சென்று ஆரத்தி கரைத்து எடுத்து வந்து ஆலம் சுற்றி உள்ளே அழைத்தப்பின், அகிலின் அருகே சென்று

"அகில், நீ பண்ணது தவறு என்று சொல்லமுடியாது அதே சமயம் பெத்தவங்க எங்களை கேக்காம முடிவு எடுத்ததும் நல்லா இல்லை. இங்கே பாரு இந்த பொண்ணு யார் என்னென்னு கூட தெரியாது ஆனால் உன் கையால தாலி கட்டிட்டு வீட்டு வாசல் முன்னாடி நிக்கிறப்ப அந்த பொண்ணு உன்னையும் இந்த வீட்டையும் நம்பி வந்துருக்கா அவளோட நம்பிக்கை அவநம்பிக்கை ஆகக்கூடாது. உன் அண்ணன் அர்ஜுன் வாழ்க்கை தான் கெட்டு போச்சு அட்லீஸ்ட் உன் வாழ்க்கையாச்சு நல்லபடியா அமையட்டும்" என்று அவன் தலையில் கை வைத்து ஆசிர்வதிக்க ..

காந்திமதியின் செயலை அதுவரை கவனித்த பெண் வீட்டார்,

"மா, முறைப்படி கல்யாணம் பண்ணிட்டு வந்த பொண்ணையே ஆயிரத்து எட்டு குறை சொல்ற சமுதாயம் இது. அப்படி இருக்கிறப்ப இந்த அவசர கல்யாணத்தை பெருந்தன்மையாக ஏத்துக்கிட்டிங்க ரொம்ப சந்தோஷமா இருக்கு. இந்த வீட்டில் என் பொண்ணு சந்தோஷமா வாழ்வானு எங்களுக்கு உங்களை பாக்குறப்ப தான் நம்பிக்கையே வந்துருக்கு. இப்ப தான் புரியுது அகில் உங்கள் பையனாச்சே அதான் சபையில் என் பொண்ணை ஏத்துக்கிட்டாரு" என்று கைகூப்பி சொல்ல..

"சம்மந்தி என் பையன் ஏதோ வாழ்க்கை குடுத்தானு நினைக்காதிங்க இது கடவுள் போட்ட முடிச்சாக்கூட இருக்கலாம். எல்லாம் நல்லதுக்கே, நீங்க தைரியமா இருங்க" என்று ஆறுதல் சொல்ல, அப்போ நாங்க கிளம்பறோம் சம்மந்தி என்று விடைபெற்று சென்றனர்.

அகில் தன்னறைக்கு சென்று சௌகரியமான உடையிற்கு மாறியவன் "அம்மா ஒரு காபி" என்று கேட்க அர்ஜுன் அவனையே பார்த்து கொண்டிருந்தவன்,

"டேய் உனக்கு மட்டும் எங்கடா இப்படி ஒரு வாழ்க்கை அமையுது" என்று கேலி செய்ய "அதுக்கெல்லாம் ஒரு யோகம் வேணும் டா அண்ணா" என்று காலரை தூக்கிவிட...

சமையலறையிலிருந்து வந்த காந்திமதி "காபியெல்லாம் வேணும்னா உங்கள் மனைவியை கேலுங்க சார் இனிமேல்" என்று நக்கலாக சொல்லிவிட, பக்கத்தில் இருந்த கீர்த்தி சூழ்நிலை புரிந்தவாறு, சமையலறை சென்றவள் தன் மாலையை கழட்டி ஆணியில் மாட்டி வைத்துவிட்டு தன் பட்டு சேலையை இழுத்து சொருகியபடி

கேஸ் அடுப்பை பற்ற வைத்து காபி தயாரிக்க ஆயுத்தமானாள்.

இதைகவனித்த அகில் 'அடடே நம்ப கல்யாணம் ஆனதே மறந்துட்டோமே இனி கீர்த்தியை தான் எல்லாத்துக்கும் கூப்பிடனுமோ' என்று யோசித்தவாறு இருக்க,

அருகில் இருந்த அர்ஜுனிடம் "ஏன் ப்ரோ மேரேஜ் ஆயிட்டா அம்மாவை எதுவும் கேக்கக்கூடாதா" என்று ஒன்றும் தெரியாதவன் போல் கேட்க,

"டேய் நான் டைவர்ஸ் ஆன கன்னி பையன் அதெல்லாம் எனக்கு தெரியாது" என்று சிரித்துக்கொண்டே கூற...

"சரி சரி ரொம்ப தான் உனக்கு, அப்றம் வந்த வேலை தான் முடிஞ்சிறுச்சே சுலபமா நீ கிளம்புறது திருச்செந்தூர். அங்க உன் ஆளு வெயிட்டிங்" என்று அவனை கலாய்க்க,

"என் ஆளா யாரு" என்று அவன் வியக்க.. அதற்கு அகில் "அதான் ஆர்த்தி" என்று சொன்னவுடன் அவன் முகம் வியர்த்தது.

"ஏண்டா ஏதோ உன் நல்ல நேரம் வீட்டில் அப்பா அம்மா எதுவும் ரியாக்ட் பண்ணல. அதுக்காக இப்படி என் விஷயத்தில் எதாவது குளருபடி ஆச்சுனா அவ்வளவு தான்" என்று சொல்லிவிட்டு தன் அறைக்கு சென்றான் அர்ஜுன்.

....

ஆர்த்தி அங்கு என்ன நடந்ததோ என்ற குழப்பத்தில் மிதந்திருக்க பவித்ரன் அவளருகே சென்று "ஹலோ மேடம் ரொம்ப யோசிக்காதிங்க. உங்கள் தங்கச்சி கீர்த்தியை மாமியார் மாமனார் ஏத்துக்கிட்டாங்களாம், ஸோ சந்தோஷமா.. கீர்த்தி பேரண்ட்ஸ் வந்துட்டு இருக்காங்க" என்று தெரிவிக்க..

"ரியலி.... சூப்பர்" என்று சந்தோஷத்தில் கத்தியவள். 'சை இவ்வளவு நல்ல குடும்பத்தில் அந்த ராகவிக்கு அர்ஜுனோட வாழ கொடுத்துவைக்கல..' என்று மனதிற்குள் யோசித்தவள்,

"பவித்ரன் உங்கள் கிட்ட ஒன்று கேட்கலாமா?" என்றாள் எதார்த்தமான தோரணையில். அவனும் சரி கேள் என்றதும்,

"ஆக்சுவலி நீங்களும் ஒருவகையில் கீர்த்தியிற்கு முறை தானே அப்படியிருக்க கல்யாணம் நடக்காம போகுற சூழ்நிலையில் ஏன் உங்களுக்கு அவளை ஏத்துக்கனும்னு தோன்றவேயில்லை. அகில் யாரோ ஸம் தர்ட் பர்ஸன் அவருக்கு இருக்கிற எண்ணம் உங்களுக்கு ஏன் வரவில்லை" என்று தோட்டா போல் கேள்வியை பாய்த்தாள்.

"ஹாஹா... உன்னை பார்க்காமல் இருந்திருந்தால் இந்த சூழ்நிலையில் கீர்த்தியிற்கு வாழ்க்கை தந்துருப்பேன்" என்று ஒரே வாக்கியத்தோடு பேச்சை நிப்பாட்டியவன் அவளையே பார்த்து கொண்டிருந்தான். அவளால் எதுவும் பேசமுடியவில்லை..

ஆர்த்தியின் பதில் என்று?

அத்தியாயம் - 11

டைனிங் டேபிளில் அமர்ந்தவாறு அர்ஜுன் தன் சிந்தனையில் ஆழ்ந்திருந்தான். இதுவரை இல்லாத ஓர் உணர்வு அர்ஜுனிடம் எட்டிப்பார்த்தது. திருமணம் ஆகி ராகவி இந்த வீட்டிற்குள் வந்த முதல் நாள், அவள் கன்னத்தில் பதித்த முதல் முத்தம் என வரிசையாக தனது கடந்த கால நிகழ்வுகளை அசைப்போட்டுக்கொண்டிருந்தான். அந்த சமயம் காந்திமதியின் குரல் வர திரும்பி பார்த்தான்.

"அர்ஜுன் அகிலோட ரூம் கொஞ்சம் அலங்காரம் பண்ணிவை இன்று இரவு சம்பரதாயம் இரண்டு பேருக்கும், நான் சொல்றது உனக்கு புரியுதா" என்று கேட்க, தலையசைத்தவன், எழுந்து அலங்காரத்திற்கு தேவையான பூக்களை எடுத்துக்கொண்டு அகிலின் அறைக்கதவை திறந்து அலங்கரிக்க துவங்கினான்.

ரோஜாவின் அழகான இதழ்கள் அவனை ராகவியின் நினைவுக்கு மறுபடியும் அழைத்து சென்றது. அவளது நினைவில் மூழ்கியவன், மீண்டு வர முயற்சித்தபோது தான் கைப்பேசி அழைத்தது.

"ஹலோ அர்ஜுன்" என்று எதிர்முனையில் ஆர்த்தி பேசத் துவங்க நீண்ட பெருமூச்சு விட்டு சற்று தன்னை ஆசுவாசப்படுத்தி கொண்டு "சொல்லு ஆர்த்தி" என்றான்.

"அ.. அது வந்து கீர்த்தி.." என்று இழுக்க அவனுக்கு ஒன்றும் விளங்கவில்லை. என்ன என்பது போல் விழிக்க அவளிடம் "என்ன கீர்த்திக்கு" என்று கேட்க,

"இல்லை அர்ஜுன் இந்த திடிர் திருமணத்தில் அவளுடைய மனநிலை எப்படி இருக்கும் னு உனக்கே தெரியும் தானே, அதனால அவளுக்கு கொஞ்சம் டைம் வேணும் இந்த சூழ்நிலையை ஏத்துக்கிறதுக்கு அதனால இந்த முதலிரவு தள்ளி வைத்தால் தான் என்ன?" என்று அவள் சொல்லி முடிக்க அவனுக்கு அவள் சொல்வது சரியென பட்டது.

"ஆர்த்தி, இதெல்லாம் அம்மா ஏற்பாடு..பெரியவங்க பண்ற ஏற்பாடு நாம எப்படி வேண்டானு சொல்லமுடியும். ஆனால் இது பத்தி நான் அகில் கிட்ட பேசிக்கிறேன்" என்று அழைப்பை துண்டித்து வைத்துவிட்டு வெளியே வர அங்கு எதை பற்றியும் கவலையில்லாதவன் போல் அகில் கால்மேல் கால் போட்டபடி சோபாவில் அமர்ந்திருக்க....

"டேய் அகில் உன்கிட்ட கொஞ்சம் பேசணும்" என்ற அர்ஜுனின் குரலில் எதிர்த்து நோக்கியவன்..

"சொல்லுங்கள் ப்ரோ" என்றான் தோளை குலுக்கியபடி.

"என்னதான் இந்த ஏற்பாடு எல்லாம் பெரியவங்க திருப்திக்கு நடந்தாலும் நீ கொஞ்சம் தள்ளியே இரு கீர்த்தி கிட்ட அவளுக்கு கொஞ்சம் டைம் கொடு" என்று பட்டென்று சொல்லிவிட்டு இடத்தை விட்டு நகர எத்தனிக்கும் போது,

"ஹலோ ப்ரோ தள்ளி இருக்கிறதுக்காகவா இவ்வளவு அலங்காரம் பண்ணிட்டு வந்துருக்கிங்க" என்று நக்கலடிக்க முதலில் சிரித்தவன் பிறகு தம்பியின் தலையை வருடியவன்,

"டேய் கேலி பண்ணாத ஏதோ சொல்லனும்னு தோணுச்சு அதான் சொன்னேன்" என்று கூற அதை கேட்டவன்

"புரியுது அர்ஜுன் நான் பாத்துக்குறேன்" என்று புன்னகையித்துவிட்டு சென்றான்.

.....

ராகவியின் புகைப்படத்தை தன் கைபேசியில் பார்த்தவாறு காதல் நினைவுகளில் சஞ்சரித்துக்கொண்டிருந்தான். அது என்னமோ தெரியவில்லை அவனுக்குள் இந்த திடிர் மாற்றம் அவனறியவில்லை. அகிலின் திருமண நிகழ்வுகள் எல்லாம் அர்ஜுனிற்கு பழைய நினைவுகளை நினைவூட்டியதோ என்னவோ. ஆனால் அவளை மீண்டும் ஏற்றுக்கொள்ள ஏன் இந்த தாமதம்? அந்த சந்தேக புத்தியை மீண்டும் தீட்டிவிடுவாளோ என்ற பயம் ஒருபக்கம்., அவளின் நினைவுகளை தூண்டிவிடும் சூழ்நிலை மறுபக்கம். இதற்கிடையில் போராடிக்கொண்டிருந்தான்.

அகிலின் அறையிலோ இருவரும் ஏதோ முதல் முறை ரயில் பயணத்தில் சந்திக்கும் நண்பர்களை போல உரையாடிக்கொண்டிருந்தனர்.

"அகில் ரொம்ப தாங்க்ஸ்..நீங்க எங்கே முதலிரவுக்கு தயாராக இருக்கிங்களோனு பயந்துட்டேன்" என்று அவள் சொல்லி முடிக்க அவனோ சிரித்தவாறே "இங்கே பாரு கீர்த்தி இது நம்ப இரண்டு பேரு வாழ்க்கை நாமதான் வாழப்போறோம். எது எப்போனு நாமதான் முடிவு பண்ணனும். சரி எனக்கு தூக்கம் வருது நீ கட்டிலில் படுத்துக்க நான் கீழே படுத்துக்கிறேன்" என்று கீழே படுக்க முயன்றபோது தடுத்தவள்,

"ஏன் அகில் உங்கள் மேல உங்களுக்கு நம்பிக்கை இல்லையா மேலயே தனித்தனியாக படுக்கலாமே.. நீங்க அந்த கார்னர் நான் இந்த கார்னர் சிம்பிள்" என்று கண் சிமிட்டியவள் வலது புறம் ஒதுங்கி படுத்துக்கொண்டு அவனுக்கு இடதுபுற ஓரத்தில் இடமளித்தாள். இவர்கள் இருவருக்கும் உள்ள இடைவேளியின் நடுவே தான் அந்த ப்ரிண்டட் ஹார்டின் அந்த படுக்கை விரிப்பில் இருந்தது.

மறுநாள் காலை எழுந்ததும் எழாததுமாக அவசர அவசரமாய் கிளம்பிக்கொண்டிருந்தான் திருச்செந்தூர் செல்வதற்கு. தயார் நிலையில் இருக்கும் காரில் ஏறிக்கொண்டவன் கையசைத்தவாறு காரை கிளப்பியவன், சற்று தூரம் செல்ல வானம் இருண்டு கொண்டு மழைச்சாரலை தூவிக்கொண்டிருந்தது. வைப்பர் அங்குமிங்கும் நடனமாடியபடி கண்ணாடியில் இருக்கும் தூரல் முத்துக்களை உடைத்துக்கொண்டிருந்தது. இளையராஜாவின் இன்னிசை பாடல்கள் எம்பித்ரீயில் கேட்டவாறு காரை செலுத்திக்கொண்டிருந்தான்.

எதர்ச்சையாக அவன் வலதுபுறம் திரும்பும் மாத்திரத்தில் ராகவியின் முகமே தென்பட்டது, இது என்ன ஆச்சரியம் இவளை எப்படி நம்ப இங்கே பார்க்க முடியும்? எதுக்காக இங்கே நிக்கனும் என்று கேள்விகள் மனதில் சஞ்சரித்தது.

காரை நிறுத்தி "ராகவி" என்றழைக்க திரும்பியவள் ஏதோ இதுவரை கண்டிராத ஓர் அதிசய பூவை காண்பது போல தன் இரு கண்களையும் விரித்து நோக்கினாள். அந்த அழகான கோலி குண்டு கண்கள் அங்குமிங்கும் உருண்டது..

"அர்ஜுன்" என்றாள் அவனது பெயரை முழுமையாக உச்சரித்தப்படி.

"எங்கே போகணும் ராகவி வா வந்து உக்காரு" என அழைக்க ஓடியார்ந்து காரின் பின் கதவை திறந்து அமர்ந்தாள்.

"அர்ஜுன் எப்படி இருக்கீங்க. வீட்ல எல்லாரும்" என்று கேள்வியை முடிவில்லாது கேட்டு முடிக்க அவனோ "எல்லாம் நல்லாருக்காங்க. ஆமாம் நீ எங்க இங்கே" என்றதும்,

"அர்ஜுன் இன்னைக்கு எங்க பெரியம்மா மகளுக்கு சீமந்தம் அதான். எல்லாம் கிளம்பி சீக்கிரமே போய்ட்டாங்க ஆனால் நான் மட்டும் லேட் ஆயிடுச்சு மழை வேற அதான் நினைஞ்சிகிட்டு பஸ்க்கு வெயிட்டிங்" எனக்கூற,

தன் காரில் இருக்கும் டிஷ்யூ பேப்பரை தந்தவன் இந்தா ராகவி நீர் பட்டு கரைந்தோடும் குங்குமம் துடைத்துக்கொள் எனத்தந்தான். அதை வாங்கியவள் அவ்வாறே துடைத்துவிட்டு மீண்டும் தன் ஹேண்ட் பேகில் உள்ள குங்குமம் டப்பாவில் இருக்கும் அந்த தாழம்பூ மணம் குங்குமத்தை எடுத்து வைத்துக்கொள்ள,

அந்த நறுமணமானது அந்த ஏசி காரில் உலா வந்து கொண்டிருக்க, அதை மெல்ல முகர்ந்தவன் ஒரு நொடி தன் கண்களை மூடி திறந்தான். இது இதுவே என் ராகவியின் வாசனை. அவள் என்னை நெருங்கும் போதெல்லாம் அந்த மணத்தை உணர்ந்துள்ளேன். இன்று மீண்டும் அவளுடைய வாசம்.....

"அர்ஜுன் என் பெரியம்மா வீடு வந்துருச்சு இறங்கிக்றேன்" என்றாள் புன்னகையித்தபடி...

"இன்னும் கொஞ்சம் நேரம் ட்ராவல் பண்ணலாமா" என்றான், எப்போதும் கம்பீரமாய் இருக்கும்

அவனது குரலை சுருக்கிக்கொண்டு அது அவளுடைய செவிகளுக்கு எட்டியிருந்தாலும் ஏனோ மௌனம் காத்தவள் அவனை திரும்பி ஒருமுறை பார்த்துவிட்டு விருவிருவென வீட்டை நோக்கி நடந்தாள்.

அவள் செல்லும் வரை அவளையே உற்று நோக்கியவன் மீண்டும் காரை செலுத்தினான். இப்போது கார் திருச்செந்தூர் நோக்கி பயணிக்கிறது பின் இருக்கை வெற்றிடமாய்.

அத்தியாயம் - 12

திருச்செந்தூர் வந்தடைந்த அர்ஜுன் தனது காரை பார்க் செய்துவிட்டு பின் இருக்கையில் இருந்த அவனது தண்ணீர் பாட்டிலை எடுத்தபோது அந்த டிஷ்யூ பேப்பர் வந்துவிழுந்தது அதனை எடுத்தவன் அதில் படிந்த தனது மனைவியின் குங்குமத்தை ரசித்தான். எடுத்து தன் சட்டை பையில் வைத்தவன் படியேறி வீட்டுக்கு செல்ல...

கைப்பேசி அழைத்தது எதிர்முனையில் ஆர்த்தி "அர்ஜுன் நான் சென்னை கிளம்புறன் பை" என்றபடி போனை வைக்க, அவள் சென்னை கிளம்ப ஆயுத்தமானாள் இவனோ சென்னையிலிருந்து திருச்செந்தூர் வந்தடைந்துவிட்டான். இரு துருவங்களும் வெவ்வேறு திசையில் பயணிக்கிறது. இவர்கள் இருவரையும் காலம் தான் பிரித்து வைத்து அழகு பார்காகிறதோ என்னவோ.

கீர்த்தி தன் மாமியார் காந்திமதியுடன் சமையலறையில் சப்பாத்தி தேய்த்து கொண்டிருந்தாள்... என்னதான் புதுப்பெண் என்றாலும் அன்றாட வேலையில் சகஜமானாள் நம் கீர்த்தி. அவளுக்கு பழகிப்போன விஷயமும் கூட. தினமும் தன் தாயுடன் சமையலறையில் ஒத்தாசையாக இருப்பது வழக்கம் தான்.

"அம்மா இன்னொரு சப்பாத்தி" என்று அகிலிடமிருந்து குரல் கிச்சன் திசையை நோக்கி பாய்ந்து கொண்டு வந்தது.

"கீர்த்தி... போமா அகிலுக்கு இந்த சப்பாத்தி வச்சிட்டு வா" என்று அவளிடம் அந்த பொறுப்பை சமர்ப்பிக்க அவளோ கையில் ஒரு தட்டினை ஏந்தியபடி

வந்து அவன் தட்டில் சப்பாத்தியை வைக்க அந்த வேளையில் தான் கீர்த்தியின் சேலை மின்விசிறி காற்றில் சற்று அசைந்தாடிக்கொண்டிருந்தது.

'ஐயயோ எதையும் பார்த்திடாத டா அகிலு' என்றது அவனது மைண்டு வாய்ஸ். ஆனால் மனசு தான் சும்மா இருக்குமா 'அட பாரேன் என்ன இப்ப அவதான் உன் பொண்டாட்டி ஆச்சே" என்றது மனசு.

'சரி பார்த்திடுவோம்' என்றபடி சுதாரித்து பார்க்க எத்தனிக்கும் போது அந்த இடத்தை விட்டு நகர்ந்தாள் கீர்த்தி.

'இன்னைக்கு நீ கொடுத்து வைத்தது அம்புட்டு தான்' என்றது மனசாட்சி. இப்படி மனசாட்சியுடன் உரையாடிக்கொண்டபடி உணவை விழுங்கினான். அடுத்து சப்பாத்தி அவனது தந்தையின் தட்டிற்கு வந்தது.

"என்னங்க இன்னொரு சப்பாத்தி வச்சிக்கோங்க" என்று காந்திமதி சொல்ல..

"போதும் போதும்.. என்றபடி கையசைத்தார்" அதற்கு சமையலறையில் இருந்த கீர்த்தி "மாமா இன்னொரு சப்பாத்தி வச்சிக்கோங்க" என்று அடம்பிடிக்க "சரி மா உனக்காக இன்னொன்று வச்சிக்கிறேன்" என்று சப்பாத்தியை வாங்கினார்.

"அம்மா எனக்கு போதும்" என்று அகில் உரைக்க அது கீர்த்தியின் காதுகளுக்கு எட்டியது. ஆனால் நமட்டு சிரிப்புடன் மௌனமாகவே இருந்தாள். இந்த மௌனத்திற்கு காரணம் அவளுக்கு மட்டுமே தெரியும்.

இந்த மௌனத்தை உடைத்தெறிந்தது அந்த இரவு பொழுது "என்னங்க குட்நைட்" என்று அவள் கூறிய

வார்த்தையில். அவனோ அவளையே பார்த்துக்கொண்டிருக்க...

'என்ன இவரு நேத்து என்னமோ முதலிரவு வேணாம் அது இதுனு நல்லவரு மாதிரி பேசினாரு இப்ப என்னடா னா இப்படி பாக்குறாரு' என்று யோசித்தபடி மஞ்சத்தின் ஓரத்தில் தலைசாய்த்தாள்.

"குட்நைட் மட்டும் தான் சொல்லுவீங்களோ" என்றான் அகில்.

"வேற எதாவது பேசணுமா? அதான் நேத்து எல்லாமே பேசிட்டோமே" என்றாள் கீர்த்தி.

"இல்லை அதுக்காக தினமும் குட்நைட் குட்மார்னிங் மட்டும் சொன்னா எப்படி" என்ற அகில் தன் தாடியை விரல்களால் நீவினான்.

"சரி அப்படினா ஒரு கதை சொல்லட்டுமா" என்றாள் கீர்த்தி.

"கதையா?? நான் என்ன குழந்தையா" என்றான் இந்த முறையும் குறும்பாக.

அவளுக்கு ஒன்றுமே புரியவில்லை. ஆனால் ஏதோ ஓர் நெருக்கத்தை தன்னிடம் எதிர்பார்க்கிறான் என்பது மட்டும் விளங்கியது.

"சரி நீங்க தான் எதாவது பேசுங்களேன்" என்று கீர்த்தி ஆரம்பிக்க, அவன் அவள் கண்களை எதிர்நோக்கி

"ம்ம்ம் என்ன லவ் பண்ணணும்னு என்னைக்காச்சும் தோணுச்சுனா அதுக்கு என்ன காரணம் இருக்கும்னு நினைக்கிற" என்று பட்டென்று கேட்டுவிட அதை கேட்டவள் "என்னது லவ்வா? ஏற்கனவே நான்

லவ்வுனால பட்ட அவமானம் போதும் இனி என் மனசுல அப்படி எதுவும் வராது" என்று தன் கருத்தை முன்வைக்க...

"ஏன் வரக்கூடாது.. அந்த லவ்வுக்கும் இனி என்மேல வர லவ்வுக்கும் நிறையவே வித்தியாசம் இருக்கிறது" என்று சொன்னவனை கூர்ந்து கவனித்தவள்,

"இனிமேல் லவ்வுனு ஒன்று உங்கள் மேல எனக்கு வருது அப்படினா அது நீங்க எனக்கு பிச்சையாக போட்ட இந்த வாழ்க்கையை நினைச்சு தான். ஐ..மீன் உங்கள் நல்ல மனசை பார்த்து தான்" என்று தலையை குனிந்தவாறு கூற, அவள் முகத்தை நிமிர்த்தியவன்,

"இனி நீ இந்த மாதிரி சொல்லவே கூடாது. இங்கே பாரு இது கடவுள் போட்ட முடிச்சு. இதுக்கு பேரு வரம், பிச்சை இல்லை" என்று சொல்லி அவள் தலையை வருடினான். அவன் வருடலில் ஏதோ ஓர் பாதுகாப்பு உணர்வை உணர்ந்தாள்.

அன்றிரவோ அர்ஜுன் அந்த டிஷ்யூ பேப்பரை கையில் வைத்தபடி பார்த்துக்கொண்டிருந்தான். அந்த டிஷ்யூ பேப்பர் அன்றுமுதல் அவனுக்கு பொக்கிஷம் ஆனது.

"ராகவி" என்று அவன் உதடு பெயரை உச்சரித்தது. ஆர்த்தியின் பெயரோ அவன் உதடுகள் சமீபகாலமாக உச்சரிப்பதை நிறுத்திவிட்டது. இதற்கெல்லாம் ராகவி மீது அர்ஜுனுக்கு உள்ள திருமணம் பந்த உணர்வோ என்னவோ. ஆனால் ஆர்த்தியை மறக்க முயற்சி செய்தாலும் அவ்வப்போது அவளிடமிருந்து வரும் கைப்பேசி அழைப்பு நினைவுபடுத்துகிறது.

அதற்காக நான் ஒன்றும் அசர்ந்து விடமாட்டேன்.. ஒருபோதும் ஆர்த்தியை மணக்க மாட்டேன். அதற்காக அவளை வெறுக்கவில்லை. இன்னும் ஆழமாக பதிந்து விட்டாள் ஆர்த்தி எனது முன்னாள் காதலியாக காதலிக்க கற்று கொடுத்த ஆசானாய்.

அவனின் உச்சரிப்பு ராகவியிற்கு கேட்டுவிட்டதோ என்னவோ, வெடுக்கென்று தூக்கத்தில் இருந்தவள் எழுந்து அங்குமிங்கும் பார்த்தாள்.

"அர்ஜுன்.... கனவுல கூட ஏண்டா வந்து டிஸ்டர்ப் பண்ற" என்று புலம்பியவள் பக்கத்தில் இருக்கும் நீர் குவளையிலிருந்து தண்ணீர் பருகினாள். அவளின் வரண்டு போன தொண்டை தன்னை ஈரமாக புதுப்பித்துக் கொண்டது.

அத்தியாயம் - 13

ராகவியுடன் சேர்ந்து வாழ்வது பற்றி தன்னுடைய வக்கீலுடன் அழைப்பேசியில் ஆலோசனை கேட்டான் அர்ஜுன். அவன் கேட்கும் விதத்திலே சிரித்துவிட்டார் வக்கீல் வனஜா.

"மிஸ்டர் அர்ஜுன் டிவோர்ஸ் வாங்கிட்டு நீங்க கிளம்பனதோட என்னுடைய வேலை முடிந்தது. இனிமேல் நீங்க சேர்ந்து வாழனுமா வேண்டாமானு நீங்கதான் முடிவு பண்ணணும்" என்று கூற அதை காதில் வாங்கியவனுக்கோ குழப்பம் தான் மிஞ்சியது.

"மேடம் இப்படி சொன்னா எப்படி? எதாவது பாஸிட்டிவ் சஜஷன் சொன்னீங்கனா எனக்கு முடிவு எடுக்க சுலபமாக இருக்கும்" என்று கூற அவன் பேச்சை கவனித்த வனஜா,

"லுக் மிஸ்டர் அர்ஜுன், இந்த மாதிரி மறுபடியும் ஒன்று சேர்வது எல்லாம் ரேர் கேஸ், அதெல்லாம் எங்கேயோ யாரோ ஒருத்தர் தான்... மோஸ்ட்லி டிவோர்ஸ் வாங்கிட்டு ஃபாரின் போறதும், வேற கல்யாணம் பண்ணிக்கிறதும் தான் நடக்கும். ஆனால் நீங்க ஒன்று சேர்ந்து வாழனும்னு நினைக்கிறதே பாஸிட்டிவான விஷயம் தான்" என்று சொல்ல மெல்ல அவருடைய வார்த்தையை சேகரித்தவன், அவர் பேச்சில் இருக்கும் தெளிவினை புரிந்து கொண்டு,

"அதுக்கில்ல மேடம். மறுபடியும் அவ என்மேல சந்தேகம் பட்டா பிரச்சினை வருமேனு கொஞ்சம் பயமா இருக்கு" என்று தன் நியாயமான பயத்தை பற்றி விளக்க...

அந்த விளக்கத்தில் இருக்கும் தெளிவினை புரிந்து கொண்ட வக்கில் ஒரு நீண்ட பெருமூச்சு விட்டு

"அர்ஜூன் உங்கள் மனைவி உங்கள் மேல சந்தேகம் பட்டதுக்கு ஒரு நியாயமான காரணம் இருக்கிறது. ஒருவேளை உங்கள் முன்னாள் காதலி பற்றி நீங்க நினைச்சிட்டு இருந்ததோ இல்லை ராகவி முன்னாடி அவளை ஏத்தி வச்சு பேசினதோ ஒரு காரணமா இருக்கலாம். இனிமேல் ராகவி உங்கள் மேல சந்தேகம் படாமல் இருக்கனும்னா முதல்ல அந்த பொண்ணு அதான்.... யார் அது... சட்டுனு நியாபகம் வரலை... ஆங் அதான் ஆர்த்தியை முழுசா மறந்திடுங்க" என்று பட்டென்று காரணத்தை போட்டு உடைக்க...

"மேடம் அப்போ அது தான் காரணமா" என்று ஆச்சரியக்குறி வைக்க... அவரோ "ஆமாம்" என்று சொல்லிவிட்டு போனை வைத்துவிட வக்கீல் வனஜா சொன்ன வார்த்தைகளில் உண்மை இருப்பதை உணர்ந்தவன், இதை எப்படியாவது சரி பண்ணணும்... என்று நினைத்தவன்,

மீண்டும் போனை எடுக்க இந்த முறை அழைப்பு ராகவியிற்கு.

"என்னங்க திடிரென போன் பண்ணியிருக்கீங்க எதாவது சொல்லனுமோ" என்று ஆரம்பிக்க, அவனோ அவளது கேள்வியில் நின்றவன் சொல்ல நினைத்ததை மறந்தவனாய் எதுவும் சொல்லாமல் ஒரு நிமிடம் மௌனமானான்.

"என்னங்க.. இருக்கீங்களா" என்றாள் இந்த முறை சற்று அழுத்தமாக.. சற்று தெளிந்தவனாய்..

"ராகவி அது வந்து உன்கிட்ட நிறைய பேசணும், உன்னையும் அருவியையும் பார்க்கணும். நான் நாளைக்கு காரில் ட்ரைவர் போட்டு அனுப்பி விடுறேன் வரியா ப்ளீஸ்.." என்று தனது கெஞ்சலான தோரணையில் கேட்க அவளோ மகிழ்ச்சியில் தன்னை மறந்து போனை கீழே தவறவிட்டவளாய் துள்ளி குதிக்க... அருகில் இருந்த அவளுடைய அம்மா..

"ஏய் ராகவி என்னடி ஆச்சு" என்று கேட்க...

"அம்மா நான் அருவியை கூட்டிட்டு திருச்செந்தூர் போகப்போறேன்..அவரு என்னையும் குழந்தையையும் கூப்பிட்டாரு" என்று சொல்லி முடிக்க,

"என்னது மாப்பிள்ளை உங்களை கூப்பிட்டாரா? அப்படினா சேர்ந்து வாழ விருப்பமா அவருக்கு" என்று சந்தோஷப்பட அவளோ "அட இதெல்லாம் நடக்கும் கூடிய சீக்கிரம் நான் நாளைக்கு போய் அவரை பார்த்துட்டு வந்து சொல்றேன்" என்று சொல்லிவிட்டு தன் சூட்கேஸில் அவளது துணிகளையும் குழந்தையின் துணிகளையும் திணித்தாள். நாளை பொழுதை நோக்கி கனவு காணத் துவங்கினாள்.

.....

சென்னை வந்தடைந்த ஆர்த்தியோ வழக்கம் போல தனது ஆர்.ஜே வேலையில் தன்னை ஈடுபடுத்தி கொண்டாள். பவித்ரனின் கேள்விக்கு இன்னும் பதிலளிக்கவில்லை.. அவன் தன்னை நேசிக்கிறான் என்று தெரிந்தும் அவனிடம் பதில் எதுவும் கூறவில்லை. பவித்ரனோ இவளது பதிலுக்காக ஏங்கிக்கொண்டு இருக்க...

சுற்றி இருந்த இயற்கை காட்சிகளை படமெடுத்துக்கொண்டிருந்தான், ஒரு குறும்படத்திற்காக...

"டேய் பவித்ரன் என்னடா நம்ப ஆர்த்தி எதாவது பேசினாளா? உன்னையும் அவளையும் சேர்த்து வச்சு பார்க்கணும்னு ரொம்ப ஆசையா இருக்கு டா, கீர்த்தி கல்யாணம் அன்னைக்கு சாயந்திரம் உனக்கும் ஆர்த்திக்கும் நிச்சயம் பண்ணலானு இருந்தோம் டா, கீர்த்தி கல்யாணம்ல நடந்த கூத்துல எங்க இதை பற்றி பேசுற மனநிலையில் கூட நாங்க யாரும் இல்லை" என்று சொல்லி பவித்ரனின் தாய் வருத்தப்பட..

தன் தாயின் அருகில் சென்று நின்றவன் "இங்க பாருங்க மா, ஆர்த்தியிக்கு நான் அவளை விரும்புற விஷயம் எல்லாம் தெரியும். ஆனால் அவள் என்கிட்ட பதில் எதுவும் சொல்லல... அவ தயங்குறத பார்த்தா.. அவள் மனசுல ஏதோ இருக்கு. ஆனால் அதே சமயம் அவள் என்னை வெறுக்கவும் இல்லை.." என்று சொல்லி முடிக்க...

தன் மகன் சொன்னதை கூர்ந்து கவனித்தவள் "பவி, அப்படினா அவள் வேற யாரையோ விரும்புறாளோ அப்படி எதாவது இருந்தா தயவு செய்து அவள் நமக்கு வேண்டாம்டா, விரும்புனவனையே கட்டிக்கட்டும்" என்று சொன்னவுடன் அவன் முகம் வாடியது.

"மா, நீ சொல்றது சரிதாம்மா ஆனால் அப்படி எதுவும் இல்லாமல் இருந்தால் நல்லாருக்கும். அப்படி ஒருவேளை அவள் மனசுல இன்னொரு காதல் இருந்திருந்தால் கூட, அது முடிந்துப்போன காதலாக இருக்கட்டும்" என்று கண்கலங்கியபடி கூற...

மௌனமானாள் அவனுடைய தாய். சற்று நேரத்தில் அவனுக்கு தனிமையை தந்துவிட்டு தாய் இடத்தை விட்டு நகர... மீண்டும் புகைப்படம் எடுக்க துவங்கினான். ஆனால் மனம் முழுவதுமாக பணியில் ஈடுபடுத்த முடியவில்லை.

அவனது காதல் குறும்படமாக ஆகிவிடுமோ என்ற பயம் ஒருபக்கம் வாட்டியது.

ஆர்த்தியின் பதிலுக்காக பவித்ரனும், அர்ஜுன் தன்னை ஏற்பானா என்ற ஏக்கத்துடன் இருக்கும் ராகவியும் இருதுருவங்களாய் வெவ்வேறு கோணத்தில் மனதால் தவித்துக்கொண்டிருக்க.. விதியோ என்ன முடிவு எடுக்கப்போகிறது பொறுத்திருந்து பார்ப்போம்.

அத்தியாயம் - 14

விடியலுக்காக காத்துகிடந்தது சூரியன் மட்டுமல்ல ராகவியும் தான். எப்போதும் காலை எட்டுவரை போர்வையை விலக்காது இழுத்து போர்த்திக்கொண்டு உறங்கும் ராகவியோ இன்று மடமடவென துயில் எழுந்து குளியலறைக்கு சென்றாள்.

மேஜைமேல் அவளுடைய சுடிதார் இருக்க, முதலில் அதை தேர்வு செய்தவள் பிறகு ஏனோ நினைவுக்கு வந்தவளாய் அதனை எடுத்து வைத்துவிட்டு ஒரு சில்க் காட்டன் புடவையை உடுத்திக்கொண்டாள். ஏன் இந்த ஆரவாரம் அதான் உங்களுக்கு தெரியுமே, தன் கணவன் இருக்கும் திருச்செந்தூரிற்கு செல்லவிருக்கிறாள். குழந்தை அருவியும் தயாரானது.

ங்ங்கீ.... காரின் ஹாரன் சத்தம் அந்த காலைபொழுதில் ஏதோ அலாரம் போல் ஒலிக்க "ட்ரைவர் அண்ணே இதோ வந்துட்டேன்" என்று குழந்தையை தூக்கிக்கொண்டு இன்னொரு கையில் சூட்கேஸை எடுத்து கொண்டு வெளியே வந்தாள்.

"ஏய் இந்தாடி உன் ஹேண்ட் பேக்" என்று அவளுடைய தாய் எடுத்துவர அதையும் எடுத்துக்கொண்டு "ஓகே மா பை, அப்பா எழுந்தவுடன் சொல்லிடு டேக்கேர்" என்று சொல்லிவிட்டு காரின் பின் இருக்கையில் அமர்ந்து கொண்டாள். அவள் புரப்படும் நேரம் லேசாக மழைத்தூரல்...

ஜன்னலருகே முகத்தை புதைத்தவாறு காரின் கண்ணாடி பின்னால் இருக்கும் ரோட்டில் நடக்கும் காட்சிகளை பார்த்தவாறு வந்தாள் ராகவி. இவள் கிளம்பி

விட்டாளா என்பதை உறுதி செய்துகொள்ள ட்ரைவருக்கு போன் செய்தான் அர்ஜுன்.

"கிளம்பியாச்சா" என்ற ஒற்றை வார்த்தையில் கேட்டவனிடம் "சார் இப்பதான் கிளம்பினோம் அவங்க வீட்டிலிருந்து" என்று சொல்லிவிட்டு போனை வைத்துவிட்டு காரை செலுத்தினார் ட்ரைவர். எப்படியோ மாலையில் தான் போய் சென்றடைவார்கள். அதுவரை அந்த கார் பயணத்தின் அனுபவத்தை ரசித்தவண்ணம் அவள் நாள் பொழுதை கழிக்க நேரிடும்.

.....

பவித்ரன் குறும்படத்திற்காக சென்னையில் உள்ள ஒரு ஸ்டார் ஹோட்டலை வீடியோகிராபி எடுக்க நேரிட்டது. எனவே தன்னுடன் ஒரு அஷிஸ்டண்ட் ஒருவனை அழைத்துக்கொண்டு சென்னைக்கு வந்துக்கொண்டிருந்தான்.

அந்த குறும்படத்தில் கதாநாயகி ஒரு ஆர்.ஜேவாக இருக்கும் படி காட்சிகள் இடம்பெற இருக்க, ஆர்ஜே போன்று நடிப்பதற்கு பயிற்சி எடுக்க வேண்டும் என்று டைரக்டர் கூற யாரிடம் பயிற்சி எடுப்பது என்று திணறியது அந்த படத்தின் கதாநாயகி...

"சார்.. நான் அந்த ஷார்ட் ஃபிலிம் ஹிரோயின் பேசுறன். ஒரு ஆர்.ஜே வை அறிமுகம் படுத்திறேனு சொன்னிங்கல அவங்க அட்ரஸ் கொடுங்க" என்று ஹிரோயின் கேட்க..

"ஓ.. சாரி மறந்துட்டேன் பாருங்க, ஆர்.ஜே ஆர்த்தியை மீட் பண்ணுங்க, பவித்ரன் அனுப்புனாருனு சொல்லுங்கள்" என்று சொல்லிவிட்டு போனை வைக்க...

அந்த கதாநாயகி பவித்ரன் சொன்னபடி ஆர்த்தியை சந்திக்க சென்றாள்.

"ஹலோ ஹாய்.. நான் பவித்ரன் அனுப்புன ஹிரோயின் என் பேரு..." என்று அறிமுகம் செய்துகொள்ள..

"அட உள்ள வாங்க பவித்ரன் என்கிட்ட எல்லாம் சொல்லியிருக்காரு" என்று அவளை அழைத்து அமரச்செய்துவிட்டு தன் பயிற்சி பகுதியை ஆரம்பித்தாள்.

அந்த கதாநாயகியும் அவ்வாறே பயின்றாள். இறுதியில்...

"ஆர்த்தி உங்கள் கிட்ட ஒன்று கேட்கலாமா" என்றாள்.

"கேளுங்க" எனக்கூறினாள் ஆர்த்தி.

"இல்லை நீங்க ஏன் பவித்ரனை மேரேஜ் பண்ணிக்க கூடாது" என்று அந்த ஹிரோயின் கேட்க...

"மேடம் இதை பத்தி எதுவும் கேக்காதிங்க. எனக்கு பவித்ரன் மேல எந்த கோபமும் இல்லை. அதே சமயம் இன்னும் முழுசா அவர் மேல காதலும் வரவில்லை ஸோ ப்ளீஸ்.." என்று சொல்லி முடிக்க..

"சாரி ஆர்த்தி ஏதோ என் நண்பன் பவித்ரன் மேல இருந்த அக்கறையில் கேட்டுட்டேன் ஓகே அப்ப நான் கிளம்புறன்" என்று விடைபெற்று கொண்டாள் அந்த ஹிரோயின்.

...

ஷுட்டிங் பவித்ரன் வந்த பிறகுதான் ஆரம்பிக்கும் அதுவரை எல்லோரும் அந்த ஸ்டார் ஹோட்டலிலில் காத்துகிடந்தனர். பவித்ரனின் வீடியோகிராபி ஷார்ட் ஃபிலிம் டைரக்டர்கள் மத்தியில் பிரபலம். ஆனால் சென்னை வருவது இதுவே பவித்ரனுக்கு முதல் தடவை. மற்ற படங்கள் எல்லாம் உள்ளூரிலே முடித்துக்கொள்வான். இதுமட்டுமின்றி திருமணத்திற்கு ப்ரீ வெட்டிங் ஷுட் என எல்லாத்துலயும் நம்ப பவித்ரன் கெட்டிக்காரன்.

காரில் அவன் வந்துக்கொண்டிருக்க அழைப்பு ஒன்று வந்தது அவனுக்கு அது வேறுயாருமல்ல நம்ப ஆர்த்தி தான்.

"மிஸ்டர் பவித்ரன் என்னங்க இதெல்லாம். அந்த பொண்ணு வந்து உங்கள் லவ் விஷயம் எல்லாம் கேட்டு போது. எல்லார் கிட்டயும் சொல்லி வச்சிட்டிங்களா?" என்று கோபமாக கேட்க அதை காதில் வாங்கியவன்,

"ஹேய் சாரி ஆர்த்தி.. அந்த பொண்ணு என்மேல உள்ள அக்கறைல கேட்டுச்சு மத்தபடி ஒன்னுமில்லை. அந்த ஷார்ட் பிலிம் ஹிரோயின் என் ப்ரண்டு தான்" என்று சொல்ல சமாதானம் ஆனவளாக "சரி சரி இனி இதுபோல உலறல் நிப்பாட்டுங்க" என்று கூறிவிட்டு போனை வைக்க...

நமட்டு சிரிப்புடன் தலையை கோதிய பவித்ரன் "நம்ப ஆளு லைட்டா மாறிடுச்சு ,முன்னாடி அமைதியா இருக்கும் இப்ப உரிமையா சண்டை போடுது ம்ம்ம் ரைட்டு" என்று தனக்கு தானே கூறிக்கொண்டான்.

தற்போது மணி **5.30** மாலை...

திருச்செந்தூர் வந்தடைந்தாள் நம் கதையின் கதாநாயகி.. இல்லை இல்லை.. நம் அர்ஜூனின் முன்னாள் மனைவி.

"ஹாய்" என்று புன்னகையித்தபடி உள்ளே அழைத்தான் அர்ஜூன். குழந்தை அருவியை தூக்கிக்கொண்டு,

"ராகவி அந்த வலதுபுரம் இருக்கிற ரூம்ல உன் திங்க்ஸ் வச்சுக்கோ இங்கே இருக்கிற வரைக்கும் அந்த ரூம் யூஸ் பண்ணிக்கோ" என்று கூற அதற்கு தலையசைத்தவள் அந்த அறையை நோக்கி நடந்தாள்.

"அருவி செல்லம் அப்பா டா.. ஏன் அழுவுறீங்க பசிக்குதா" என்று கொஞ்சல் மொழியில் குழந்தையிடம் பேசிக்கொண்டிருந்தான். அந்த மழலையோ புது இடம் என்பதால் சிணுங்கியது.

அந்த அறையிலிருந்து வெளியே வந்தாள் ராகவி.

"என்ன ராகவி லக்கேஜ் எல்லாம் வச்சுட்டியா, வா உக்காரு" என்று குழந்தையை அவளிடம் தந்துவிட்டு குளிர்சாதன பெட்டியில் இருக்கும் ஜூஸினை ஒரு கண்ணாடி குவளையில் ஊற்றி அவளிடம் நீட்டினான்.

இருவரும் சோப்பாவில் அமர்ந்தவாறு ஒருவர் முகத்தை ஒருவர் பார்த்து கொண்டனர். உடலில் களைப்பு போனாலும் மனதில் உள்ள ஏக்கம் தீரவில்லை அவளுக்கு.

"அர்ஜூன்" என்றது அவளுடைய உதடு அவளை எதிர்நோக்கியவன் பேச எத்தனிக்கும் போது தான் பக்கத்து வீட்டு மாமி உள்ளே நுழைந்தாள்.

"யப்பா அர்ஜுன் காலைல இருந்து ஒரே காய்ச்சலா இருக்கிறது என்னனு பாறேன்" என்று அசதியாக வந்தமர...

அவனோ தலையில் கைவைத்தபடி "நல்லா வந்து கெடுக்குது இந்த மாமி" என்று மனதினுள் நினைத்து கொள்ள..

"யப்பா டாக்டர் தம்பி, என் தலையில் கை வச்சு பாருனா உன் தலையில் கை வச்சிக்கிற" என்று வழுமையான தனது குறும்புத்தனத்துடன் கூற...

எதார்த்தமாக அவள் தலையில் கை வைத்து பார்த்த அர்ஜுன் "மாமி இது சாதாரண அலுப்பு ஜுரம் தான். ரெஸ்ட் எடுங்க சரியாகிடும். அப்படியே நான் சொல்ற டேப்லெட் வாங்கி இரண்டு வேளை போடுங்க" என்று கூறி அனுப்பி வைப்பதற்குள் ராகவி எழுந்து அறைக்குள் புகுந்து கொண்டாள்.

அறையினுள் நுழைந்தவன் "சாரி ராகவி நான் ஒரு டாக்டர், என்னோட வேலைக்கு நேரம் காலம் கிடையாது. இப்படி யாராவது வந்து தொந்தரவு பண்ணுவாங்க ஸோ..."

"பரவாயில்லை அர்ஜுன்.. நான் எதுவும் தப்பா எடுத்துக்கல" என்று புன்னகையித்தாள்.

அவளிடம் இருக்கும் மாற்றத்தை உணர்ந்தவன், ராகவி எவ்வளவோ மாறிட்டா பரவாயில்லை. இந்த எதார்த்தமான உள்ளம் அப்போவே இருந்திருந்தால் நான் டிவோர்ஸ் பண்ணியிருக்க மாட்டேன், என்று நினைத்து கொண்டு

"ஓகே ராகவி நீ ரெஸ்ட் எடு. நான் அருவியோட கொஞ்சம் நேரம் விளையாடியபடி அவளை தூங்க

வைக்கிறேன்" என்று சொல்லிவிட்டு திரும்பி முற்றத்தில் இருக்கும் சோப்பாவில் அமரச்சென்றபோது பின்னால் வந்த ராகவி அவனை பின்புறம் இருக அணைத்து கொண்டாள்.

அவளது அணைப்பில் சிலைப்போல் நின்றான் அர்ஜுன். அவன் இதை எதிர்பார்க்கவில்லை, ஆனால் அவளால் அணைக்காமல் இருக்கவும் முடியவில்லை. நீண்ட நாள் கழித்து அவனை கண்ட ஆனந்தமோ என்னவோ...

பார்ப்போம் அவனது கைகள் அணைத்ததா அல்லது விலக்கியதா என்று.

அத்தியாயம் - *15*

அவளது அணைப்பில் தன்னையே மறந்தவன் அவளிடம் பேசநினைக்கும் அனைத்தும் மறந்தது. அவளை தன் கரங்களால் இருக அணைக்க மனம் துடிக்க, தன் சட்டையில் பின்புறம் ஈரம் கசிவதை உணர்ந்தான். அது வேறொன்றுமில்லை அவள் கண்களில் இருந்து வழிந்துக்கொண்டிருக்கும் கண்ணீர் துளிகளே...

"ராகவி.. என்ன ஆச்சு ஆர். யூ ஓகே" என்றான் அவளை முன்பக்கம் இழுத்து நிற்கவைத்து.

"இவ்வளவு சீக்கிரமே நீங்க மனசு மாறி என்னை கூப்பிடுவீங்கனு நான் நினைக்கவில்லை அர்ஜுன். இப்பக்கூட நீங்க முழுமனசோட என்னை அழைத்தீங்க என்று நம்பிக்கை இல்லை, ஏதோ குழந்தை அருவி மேல இருக்கிற பாசத்துல என்னை கூப்பிட்டு இருக்கீங்க நான் சொல்றது சரிதானே" என்று விம்மியவள் அவனது கைவிரல் அவள் கண்களை துடைப்பதை உணர்ந்தாள்.

"இங்க பாரு ராகவி பழசு எல்லாம் மறந்திடு..நம்ப சேர்ந்து வாழ்வோமா மாட்டாமோ அப்படிங்கிற பயத்தையும் விட்டுடு. எனக்கு ஒரு நல்ல ப்ரண்டா அருவிக்கு ஒரு நல்ல அம்மாவா ஜாலியா இரு. கண்டிப்பாக நீ ஆசைப்படுற அந்த சந்தோஷமான வாழ்க்கை அமையும். ஆனால் கொஞ்சம் டைம் வேணும் எனக்கு. எல்லாத்தையும் மறந்துட்டு மறுபடியும் சேர்ந்து வாழனும்னா கொஞ்சம் மனசை பக்குவம் ஆக்கிக்கணும். அதனால கொஞ்ச நாள் நம்ப இரண்டு பேரும் ஒரு நல்ல ப்ரண்ட்ஸா இருப்போமே..ப்ளீஸ்" என்று கூறியவனை உற்று

நோக்கியவள் அவன் சொல்லும் வார்த்தைகளில் உள்ள உண்மையை புரிந்து கொண்டவளாய்...

"சரிங்க கண்டிப்பா உங்களுக்கு பிடிச்ச மாதிரி நான் நடந்துக்குவேன்" என்று பட்டும்படாமல் சொல்லிவிட்டு குழந்தையை தூக்கி கொண்டு "பாப்பா நான் பாத்துக்குறன் நீங்க உங்க வொர்க் பாருங்க" என்று சொல்லிவிட்டு தன் அறைக்கு சென்றாள்.

'டேய் அர்ஜூன்.. ப்ரண்டு அது இதுனு இப்பபதான் பழகுற காலேஜ் ப்ரண்ட்ஸ் மாதிரி சொல்லிட்டியே! ஆசையா வந்து கட்டியணைத்த மனைவியை ப்ரண்டு னு சொல்லி தள்ளி வச்சிட்டியே' என்று அவனுடைய மனசாட்சி வருத்தப்பட..

'என்ன பண்றது எனக்கும் அவள் மேல ஆசைதான் ஆனால் அவ வந்த முதல் நாளே அவளிடம் உரிமை கொண்டாடுவது அவ்வளவு நல்லா இல்லை.. அதுமட்டுமின்றி எனக்கும் அவளை நிறைய புரிஞ்சிக்கனும் போல இருக்கு' என்று தன்னுடைய மனசாட்சிக்கு பதிலளித்தான்.

......

திருமணம் முடிந்து சில தினங்களே ஆன கீர்த்தி தன் மாமியார் காந்திமதியிடம்..

"அத்தை... உங்கள் கிட்ட ஒன்று கேக்கலாமா" என்றாள் சற்று எதார்த்தமான தோரணையில்.

"ம்ம்ம் கேளுமா" என்றார் காந்திமதி.

"இல்லை நம்ப அர்ஜூன் மாமாவோட லைப் பத்தி யாரும் எதுவும் முடிவு எடுக்காமலே இருக்கீங்களே ஏன்.

அவருக்கு டைவர்ஸ் ஆயிடுச்சுனா அதுக்காக அப்படியே விட்ருவீங்களா? ஏன் இன்னொரு கல்யாணம் பண்ணிவைக்க தோனலை" என்று வெடுக்கென்று கேட்டுவிட...

"ஆத்தி.. இவ என்ன இந்த போடு போடுறா" என்று மனதிற்குள் நினைத்து கொண்டான் அகில்.

"அட நீ வேற மா ராகவியோட சேர்த்து வைக்க தான் நானும் ஆசைப்படுறன். இன்னொரு கல்யாணம் எல்லாம் அவன் பண்ணிக்க வாய்ப்பில்லை மா" என்று சொல்லிவிட,

"சரி அத்தை அந்த ராகவியோடதான் சேர்த்து வைக்க என்ன முயற்சி எடுத்தீங்க" என்று கேட்டாள்.

"சரிதான் நல்ல கேள்வி" என்று அகில் சிரித்துக்கொண்டே "கீர்த்தி எங்க அண்ணன் விசித்திரமான பிறவி அவனுக்கு லவ் பண்ண பொண்ணையும் மறக்க முடியலையாம் ராகவி அண்ணியோடையும் மறுபடியும் சேரமுடியலையாம், இன்னொரு கல்யாணமும் பண்ணிக்க மாட்டானாம். அதனால இந்த டாப்பிக் இத்தோட விட்டு வேலையை பாரு" என்றான்.

நேரம் போய்க்கொண்டு இருக்க...

அவளுடைய சிந்தனை முழுவதும் அர்ஜுன் வாழ்க்கை மீது தான் இருந்தது.

"பாவம் அர்ஜுன் மாமா..அவர் வாழ்க்கையை எப்படியாச்சும் சரி பண்ணனும்" என்று நினைத்துக்கொண்டே தன் வீட்டு வேலைகளை கவனித்தாள் கீர்த்தி.

'இந்த கீர்த்தி வந்த கொஞ்ச நாளிலேயே இம்புட்டு கேள்வி கேக்குது' என்று மாமனார் நினைக்க..இதுவும் நல்லது தான் இவ்வளவு விவரமான பொண்ணு கண்டிப்பாக குடும்பத்தை நல்லா பாத்துக்கும் என்று நம்பிக்கை பெருமூச்சு விட்டு தன் அன்றாட தொலைக்காட்சி நிகழ்ச்சி ஒன்றை பார்க்க சென்றார்.

"ஓய் மை டியர் வைப்" என்றான் ஸ்டைலாக அகில்.

"என்னங்க" என்று புருவத்தை உயர்த்தியப்படி கேட்க..

"இல்லை எங்கள் அண்ணன் வாழ்க்கை பத்தி இவ்வளவு யோசிக்கிற, ஆனால் நம்ப வாழ்க்கை பத்தி எதாவது யோசிச்சியா" என்று வினவினான்.

"ம்ம்ம் நிறைய யோசிச்சு வச்சுருக்கேன்" என்றாள், அதைக்கேட்டு ஆவலோடு அவள் என்ன சொல்ல போகிறாள் என்பதை கவனித்தான் அகில்.

"நம்ப ரூம்ல..." என்று ஆரம்பிக்கும் போதே அவனுக்கு ஆவல் அதிகமானது.

"நம்ப ரூம்ல என்னமா"

"அதாங்க நம்ப ரூம்ல ஒரு டி.வி வாங்கனும், அப்றம் வார்ட்ரோப் ஒன்று செய்யனும்... வேற" என்று இழுக்க..

"அடிப்பாவி அப்போ இதை தான் சொல்ல வந்தியா..சரி சரி ஆனால் நான் எதிர்பார்த்தது வேற"

"என்ன எதிர்பார்த்திங்க" என்றாள் ஆர்வமாக..

"அது.. வந்து.." என்று ஆரம்பிக்கும் தருவாயில் "டேய் அகில்" என்ற தந்தையின் அழைப்பில் சொல்ல வந்ததை தவறவிட்டான்..

'தகப்பா.. இது உனக்கே அடுக்குமா நானே மனசுல இருக்கிற காதலை என் பொண்டாட்டி கிட்ட சொல்ல முயற்சி பண்ணிட்டு இருந்தேன். இப்பதான் உனக்கு கூபாபிடனுமா' என்று மனதில் நினைத்தவாறு பால்டப்பா போல் முகத்தை பாவமாக வைத்துக்கொண்டு தந்தையிடம் சென்றான்.

"அகில் பி.பி மாத்திரை தீர்ந்தது டா வாங்கிட்டு வந்திடு" என்றார் தந்தை.

"ம்ம்ம் க்கும்... நல்லா தீர்ந்துச்சு போ" என்றான்.

"ஏண்டா மகனே இவ்வளவு சலிப்பு"

"எல்லாம் உன்னால தான் தகப்பா" என்றான்

"நான் என்னடா பண்ணேன்" என்றார் பவ்வியமாக..

"அதான் ஒன்னும் பண்ணவிட மாட்டேங்குறீயே டாட்" என்று சொல்லிவிட்டு பி.பி மாத்திரை வாங்க கடைக்குச் சென்றான்.

இதை தூரத்தில் இருந்து கவனித்த காந்திமதி அகிலுக்கும் அவனுடைய மனைவிக்கும் தனிமையை சிறிது நாள் தந்துவிட வேண்டும் என்று எண்ணி திருப்பதி காலஹஸ்தி தேவஸ்தான சுற்றுலா வயதான இருவரும் சென்றுவிட்டு வருவோம் என்று எண்ணிக்கொண்டு மறுநாள்

பஸ்ஸுக்கு டிக்கெட் போட சொன்னார் கணவனிடம், அவ்வாறே டிக்கெட் போடப்பட்டது.

ஆனால் கீர்த்தியிற்கோ இந்த தனிமை ஒருவித படபடப்பு தந்தது. என்னதான் கணவனாகிய அகிலுடன் தனிமை என்றாலும், இதுவரை அவனது விரல்கள் கூட அவள் மேல் படாத நிலையில் இந்த தனிமை என்ன விளைவுகள் தரப்போகிறது. இதுவே அவர்கள் இருவரும் தாம்பத்ய வாழ்க்கையை துவங்க சாதகமாக இருக்குமோ?

அத்தியாயம் - 16

உன்னாலே என்நாளும் என் ஜீவன் வாழுதே.. என்ற பாடல் வரிகள் தொலைக்காட்சியில் ஒலித்துக்கொண்டிருக்கையில் அதை காதில் வாங்கியபடி வாஷிங் மிஷினில் உள்ள துணிகளை எடுத்து உலர்த்தி கொண்டிருந்தாள் கீர்த்தி. காந்திமதியும் அவருடைய கணவரும் திருப்பதி சென்றுவிட்ட நிலையில் கணவனும் அலுவலகம் சென்றுவிட அன்று வீட்டில் அவள் மட்டுமே வலம் வந்துக்கொண்டிருந்தாள்.

என்னதான் மூன்று அறைகள் கொண்ட அடுக்குமாடி குடியிருப்பு என்றாலும் தனிமை தனிமை தானே? அந்த தனிமை அவளையும் வாட்டியது. அந்த தனிமையில் தான் சிலர் நல்ல விஷயங்களில் தன்னை அர்ப்பணித்து கொள்கின்றனர் என்று சொன்னால் மிகையாகாது. அப்படி தான் தன் தனிமையை போக்க பாடல்களை கேட்டு மகிழ்ந்தாள்.. ஒருகட்டத்தில் போர் அடித்துவிட அலமாரியில் இருந்த நாவல் ஒன்றை எடுத்தாள். இது அவள் வாசிக்கும் முதல் நாவல்.

அந்த நாவலில் ஆரம்பமே கணவன் மனைவி ரொமான்ஸ் பின்னியது. அதை வாசிக்க வாசிக்க ஒருபக்கம் அந்த கதையை தெரிந்து கொள்ள ஆவலும், ரொமான்ஸ் பற்றிய கற்பனைகளும் மனதில் அசைப்போட துவங்கியது.

சில நேரத்தில்...

கதவு தட்டும் சத்தம், யார் அது என்று முற்றத்தில் இருக்கும் வாயில் கதவை திறந்தாள். திறந்தவளுக்கோ அதிர்ச்சி மிஞ்சியது...

"சாரி டி... சாரி உன்னை லவ் பண்ணி ஏமாத்துனதுக்கு மன்னிப்பு கேட்க தான்.." என்று அவளுடைய முன்னாள் காதலன் (திருமணம் அன்று கைது செய்யப்பட்டானே அவன்) ஏதேதோ பேசமுட்பட அவளோ அதிர்ச்சியில் இருந்து மீளாதவளாய்...

"ஏய் நீ ஏன் இப்ப என்னை தேடி வந்துருக்க? என் வாழ்க்கையை கெடுக்க வந்தீயா? புதுசா எதாவது ப்ளான் வச்சிருக்கியா" என்று கேட்க அவனோ "கீர்த்தி ப்ளீஸ் என்னை பேச விடு நான் உள்ள வரலாமா" என்று தயவுபண்ணி கேட்கவே அவனை உள்ளே அனுமதித்தாள்.

"கீர்த்தி ஐயம் சாரி நான் பண்ண தப்புக்கு தண்டனை அனுபவிச்சிட்டேன். நம்ப கல்யாணம் முடிவான அன்னைக்கு ஒரு பொண்ணு வந்தாளே..அதான் உனக்கு முன்னாடி காதலிச்சு ஏமாத்தினேனே அவளையே கல்யாணம் பண்ணிக்க போறேன். என்னை கேஸ் வாபஸ் வாங்கி வெளியே எடுத்து எனக்கு வாழ்க்கை னா என்னவென்று புரியவச்சா.. அவளை நான் கல்யாணம் பண்ணிக்க போறேன். ஆனால் உன்னை கல்யாணம் மேடை வரை வந்து அவமானம் படுத்தினது இன்னுமும் குற்ற உணர்வு இருக்கு. அதான் உன் விலாசம் தேடி வந்து மன்னிப்பு கேட்கிறேன். ஐயம் சாரி" என்றான் முழுவதுமாக எல்லாவற்றையும் சொல்லி முடித்தபின்,

அவளோ அவன் வார்த்தைகளில் உள்ள உண்மையை புரிந்து கொண்டவளாய்,

"இட்ஸ் ஓகே இதெல்லாம் மறந்துட்டு உன் வாழ்க்கையை பாரு. இனி நீ என்னை சந்திக்கிறது கடைசி தடவையாக இருக்கட்டும்" என்று சொல்லிவிட்டு அவனை வழியனுப்பி வைத்தாள்.

ஆனால் ஒருவித பதற்றம் அவள் முகத்தில், இவன் வந்துட்டு போன விஷயம் அகில் காதுகளுக்கு எட்டினால் எப்படி எடுத்து கொள்வாரோ என்ற பதற்றம் தான்.

தன் கைப்பேசி எடுத்து ...

"அகில் உங்கள் கிட்ட ஒன்று சொல்லணும்" என்றாள்.

"என்ன? ஓ.. அவன் வீட்டுக்கு வந்துட்டு உன்கிட்ட பேசிட்டு போன விஷயமா?" அட அதுக்கென்ன இப்ப? அவன் அங்க வருவதற்கு முன்னாடி என்கிட்ட அனுமதி கேட்டு தான் உன்னை பார்க்கவே வந்தான் போதுமா" என்றான் சற்றும் பொருட்படுத்தாமல்.. இவனது எதார்த்தமான பேச்சில் இவளுக்கு குழப்பமும் வந்தது.

"ஏங்க உங்கள் கிட்ட எப்படி அனுமதி கேட்டான். அது இருக்கட்டும் நம்ப வீட்டு விலாசம் எப்படி தெரியும்"

"அதுவா.. அதான் கல்யாணம் அன்னைக்கு ஒரு பொண்ணு தடுத்து நிறுத்துச்சுல அந்த பொண்ணு தான் கேஸ் வாபஸ் வாங்கி இவனை நல்வழிபடுத்தி இப்ப இவனையே கட்டிக்கவும் போகுது.. அந்த பொண்ணு தான், நான் யாரு என்னனு விசாரித்து என் போன் நம்பரையும் நம்ம வீட்டு விலாசமும் கொடுத்தனுப்பியிருக்கு மன்னிப்பு கேட்க.." என்று நடந்ததை கூறிய அகில்...

"உண்மைலயே அந்த பொண்ணு க்ரேட். இப்படிபட்ட ஒருத்தனை திருத்தி நல்வழிபடுத்தி வாழ்க்கையும் தந்துருக்கா..." என்று அவளை பாராட்டவும் செய்தான். அதைக்கேட்டு முதலில் கோபம் கொண்டவள்,

"என்னதான் இருந்தாலும் கேஸ் வாபஸ் வாங்காமல் அவனை அப்படியே விட்டுருக்கனும். இவன்

முழுசா திருந்தி வாழ்ந்திடுவானு என்ன நிச்சயம்" என்று கோபத்தை வெளிப்படுத்த...

"ஏன் நீ தான் அவன் மன்னிப்பு கேட்டதை நேரிலயே பார்த்தியே அவன் மேல இன்னுமும் கோபம் இருக்கா என்ன? அவன் பேசுறப்ப அவன் கண்களில் இருக்கும் உண்மை புரியலையா" என்று அகில் வினவ மௌனமானாள்...

"ஏய் கீர்த்தி... உன்னை தான் கேக்குறன்"

"ப்ச்ச்... என்னதான் இருந்தாலும் அவன் பண்ண த்ரோகம் மறக்க முடியல..நல்லா இருந்த என் மூடை வந்து ஸ்பாயில் பண்ணிட்டு போயிட்டான்" என்று கூறிவிட்டு போனை வைத்தவள், தன் அறைக்கு சென்றாள். அந்த நாவலோ அவள் கைவிரல் பட ஏங்கிக்கொண்டு இருந்தது.. ஆனால் எதை எடுத்து படிக்க தற்போது மனமில்லாமல் அமைதியாக படுத்துக்கொண்டு பழசை மனதில் போட்டு ஆராய துவங்கினாள்.

நல்லாபோயிட்டு இருந்த காதல் மணமேடைக்கு வந்தது. தாலி கட்டுற நேரம் போலிஸ் அவனை அழைச்சிட்டு போயிடுச்சு.. இப்ப திடீரென மன்னிப்பு என்று வந்து நிக்கிறான். அகில் என்னடானா இதை இவ்வளவு சாதாரணமா எடுத்துக்கிறாரு என்று மனதில் அசைப்போட...

மீண்டும் கதவு தட்டும் சத்தம்...

"அட சை என்னடா இது" என்று கதவை திறந்தாள். மகிழ்ச்சியில் பெருக்கெடுத்து ததும்பியது ஆனந்த கண்ணீர்.

"ஐ.. லவ் யூ அகில்" என்றபடி கட்டியணைத்தாள் நம் கீர்த்தி. அவன் கரங்களும் அவளை அணைத்தது.

"கீர்த்தி.. ஆர் யூ ஓகே?" என்றான் அவள் தலையை வருடியபடியே.

"ஐ...யம்..ஓகே...அகில். எப்படிங்க உங்களால எல்லாமே இவ்வளவு சாதாரணமாக எடுத்துக்க முடியுது. அன்னைக்கு கல்யாணம் மண்டபத்தில் என் கல்யாணம் நின்னு போறப்ப எனக்கு வாழ்க்கை தரேனு முன்வந்தீங்க...இன்னைக்கு என்னை ஏமாத்திட்டு போனவன் திரும்பி வந்து மன்னிப்பு கேட்கிறேனு சொன்னப்ப எந்த சஞ்சலமும் இல்லாமல் அவனை என்கிட்ட பேச வச்சிருக்கீங்க" என்று அவன் கண்களை சந்தித்தவாறு கேட்க அவனோ ஒரு சின்ன புன்னகையுடன்.

"கீர்த்தி, லைப்ல எல்லாத்தையும் பாஸிட்டிவான கண்ணோட்டத்துல பார்த்தா லைப் ஹாப்பியா மாறிடும். அன்னைக்கு மண்டபத்தில் உன் அழுகையை பார்த்தேன். உன்னை தேற்றி பழையபடி கொண்டு வர முயற்சி பண்ணணும் என்று ஆசைப்பட்டேன். அதான் உன் கழுத்தில் தாலி கட்டி மனைவியா ஏத்துக்கிட்டேன்.... அப்றம் உன் முன்னாள் காதலன் அதான் த்ரோகி என்று சொல்லிட்டு திரியிரியே அவனை தான்...

அவன் எப்போ மனசு மாறி மன்னிப்பு கேட்கனும் என்று நினைச்சானோ அப்பவே அவன் மனிஷனா மாறிட்டான். தன்னையும் ஏமாத்திட்டானு தெரிந்தும் அந்த பொண்ணு அவனை திருத்தனும் என்று முடிவு பண்ணி கேஸ் வாபஸ் வாங்கி அவனையே கட்டிக்கவும் தயாராகிட்டு.. இதுல இருந்து என்ன தெரியுது?" என்று அவளை நோக்கி புருவத்தை உயர்த்தியப்படி கேட்டவனிடம்....

"கெட்டதுலையும் ஒரு நல்லது நடக்கும் அதானே" என்றாள் நிதானமாக...

"ஆங்..யு..ஆர்..ரைட்" என்று புன்னகையிக்க அவளோ தன் என்னவன் அகிலின் குணத்தை நினைத்து ஒருவித பெருமிதம் கொண்டாள்.

தன் என்னவனை காதலிக்க துவங்கினாள் கீர்த்தி. காதல் தொடரட்டும் என வாழ்த்துவோம்.

அத்தியாயம் - 17

வழக்கம் போல் தன் அன்றாட மருத்துவ பணியை மேற்கொள்ள மருத்துவமனைக்கு தயாராகிக்கொண்டிருந்தான். அது விடியலை நோக்கி பயணித்த அதிகாலை பொழுது. இன்று ஒரு முக்கியமான ஆப்ரேஷன் இருப்பதால் விரைந்து தயாராகிக்கொண்டிருந்தான் அர்ஜுன்.

தயாரானவனோ ராகவி படுத்திருக்கும் அறையினுள் சென்று அங்கு படுத்திருந்த அருவியின் தலையை வருடியவன் அதன் உறங்கும் அழகினை ரசித்துவிட்டு பிறகு தன் பார்வையை பக்கத்தில் தூங்கிக்கொண்டு இருந்த ராகவியை நோக்கினான்.

'நல்லா தூங்கிட்டு இருக்கா எழுப்ப வேண்டாம்' என்று நினைத்தவாறு அறையை விட்டு கிளம்பினான்.

அவன் கிளம்பிய சிலமணி நிமிடத்தில் கண்களை கசக்கியபடி எழுந்தவள், தன் தலைமுடியை தூக்கி கொண்டையிட்டு பின் அருவிக்கு போர்வையை இன்னும் கரமாய் போர்த்திவிட்டு இவள் எழுந்து வெளியே வர அங்கு டைனிங் டேபிளில் காபி ப்ளாஸ்க் இருந்தது. திறந்து பார்க்க மணக்க மணக்க காபி ஆவி பறந்து கொண்டிருந்தது. அதை மெல்ல முகர்ந்தவள்,

"வாவ்" என்று தன்னிலை மறந்தவளாய். அதனை ரசிக்க பின் பல்லை துலக்கிக்கொண்டு அந்த காபியை ஒரு குழுவையில் ஊற்றி மெதுவாக சுவைக்கலானாள். பருகும் போது தான் சட்டென நியாபகத்திற்கு வந்தது...

'இதெல்லாம் யார் பண்ணியிருப்பா'

'ஓ... அர்ஜுன்.. ஹாஹா சூப்பர் அர்ஜுன்' என்று மனதினுள் புகழ்ந்தபடி அந்த காபியை சுவைத்தாள். பிறகு தன் உடைகளை எடுத்து கொண்டு குளியலறை சென்றாள்.

'இதுவென்ன ஆச்சரியம் எனக்கு பிடித்த மைசூர் சேண்டல் சோப்பு' என்று யோசித்தவள், இதுவும் அவர் செயல்தான் என பூரித்து போனவள்... குளியலை முடித்துவிட்டு பூஜையறையில் நின்று கடவுளுக்கு ஓர் வணக்கம் செலுத்திவிட்டு சமையலறைக்குச் சென்றாள்.

அங்கு வானலில் நுடுல்ஸ் குவிந்தபடி இருந்தது சுருண்டு கொண்டு...

"ஹே...வாவ்" என்று மகிழ்ச்சியின் விளிம்பில் இருக்க அதை எடுத்து உண்ண தட்டில் எடுத்து கொண்டு முற்றத்தில் உள்ள சோபாவில் அமர்ந்து நிதானமாக சாப்பிடத் துவங்கினாள்.

அதற்குள் அருவியும் எழுந்துவிட, பாதி உணவில் எழுந்து அவளை ஆசுவாசப்படுத்தி குளியலறைக்கு அழைத்து சென்று குளிப்பாட்டி பருக சூடாக பாலை காய்த்து கொடுக்க குழந்தையும் குடித்தது.

இவளும் முழுவதுமாக தட்டில் மீதம் இருந்த நுடுல்ஸ் காலி செய்துவிட்டு சிங்கில் போட்டு விட்டு மீண்டும் முற்றத்திற்கு வந்தவள், அங்கிருக்கும் அவனுடைய புகைப்படத்தை வருடினாள். அழகான கண்ணாடி ப்ரேம் செய்த அந்த புகைப்படத்தை வருடியவாறு ரசித்தாள்.

'இதெல்லாம் எப்படிங்க எனக்காகவா' என்று கேட்டப்படி அவனுடைய படத்தை உற்று நோக்க, நேரம் அதன் போக்கில் கடந்து கொண்டே இருந்தது.

மணி தற்போது காலை 10.30

'அய்யோ நேரம் ஆகிட்டு இருக்கிறது.. மதியத்திற்கு நம்ப சமைத்து எடுத்துட்டு போவோமா' என்று யோசித்தவள் குளிர்சாதன பெட்டியில் உள்ள காய்கறியை ஆராய்ந்து அதிலிருந்து சில காய்களை எடுத்து அதனை கட் செய்து வெஜ் பிரியாணி செய்தாள். அதை ஒரு ஹாட்பாக்ஸில் அடைத்து கொண்டு குழந்தையையும் தூக்கிக்கொண்டு ஆட்டோவில் ஏறியவள் அவன் பணிப்புரியும் அந்த அரசு மருத்துவமனை வாசலில் ஆட்டோ நின்றது.

இறங்கியவள் உள்ளே நுழைய பெரிய பெரிய வார்டுகளும், ஆங்காங்கே அமர்ந்திருக்கும் நோயாளிகளையும் குப்பென்று வீசும் மருந்து வாசனையையும் அவளுக்கு ஒருபுறம் எரிச்சலூட்டியது. இருப்பினும் தன் என்னவன் இருக்கும் இடமல்லவா அதனால் அவனை பார்க்க, தன் கைகளால் உணவு பரிமாற மனம் துடிக்கவே எதையும் பொருட்படுத்தாமல் தன் பார்வையை அவன் இருக்கும் இடத்தை நோக்கி செலுத்த...

"டாக்டர். அர்ஜுன்" என்ற பெயர் அந்த கதவின் பலகையில் இருப்பதை கண்டவள்..

"எக்ஸ்கியூஸ் மீ... என்ற கேள்வியுடன் உள்ளே நுழைய"

"எஸ் கம் இன்" என்று யாரோ என்பது போல் நினைத்து அழைத்தவன், ராகவி என்றதும் அதன் ஆச்சரியத்துடன் பார்த்தான்.

"என்ன ராகவி ஆஸ்பத்திரிக்கு? எதாவது உடம்புக்கு முடியலையா?" என்று வினவ..

"ஏன ஆஸ்பத்திரிக்கு வந்தா உடம்பு முடியாதவங்களாக தான் இருக்கனுமா. எனக்கு உடம்பெல்லாம் நல்லா தான் இருக்கு ஆனால் மனசு தான்.." என்று இழுத்தவள் அவனை எதிர்நோக்க..

"ஏன் மனசுக்கு என்னவாம்" என்றான் புன்னகையித்தபடி,

"அதுவந்து எப்பபாரு உங்களையே தேடுது.. என்னவாக இருக்கும்" என்றாள் அப்பாவி முகத்துடன்.

என்னதான் ஒரு குழந்தைக்கு தகப்பன் என்றாலும் தன் மனைவியின் குழந்தை தனத்தை ரசிக்காத ஆண்மகன் இருப்பானோ? ஹாஹா.. தன் என்னவளின் பேச்சை ரசித்தவன்,

"சரி சரி அதான் என்னை பார்த்தாச்சுல இப்ப மனசு சரியாகிடும்" என்று கூற,

"இல்லை இல்லை நான் சமைத்து எடுத்து வந்த இந்த வெஜ் பிரியாணி சாப்பிட்டாதான் என் மனசு சந்தோஷப்படும்" என்று கூறிக்கொண்டே அந்த ஹாட்பாக்ஸை திறந்தாள். இவர்களை கவனித்து கொண்டிருந்தது குழந்தை அருவி.

தன் கணவனுக்கு நீண்ட நாள் கழித்து பரிமாறினாள். அவளது உள்ளம் சற்று நெகிழ்ந்தது. ஆனால் முழுவதுமாய் அவன் தன் வாயால் ஏற்றுக்கொண்டேன் என்று சொல்லவில்லையே! என் ஏக்கம் அவருக்கு புரிந்தும் மௌனமாக இருப்பது ஏன். ஒருவேளை என்னை சோதித்து பார்க்கிறாரோ? பார்க்கட்டும் பார்க்கட்டும் இன்னும் எவ்வளவு நாளைக்கு தான் என்று பார்க்கலாம் என்று நம்பிக்கையை வளர்த்து கொண்டவள்,

"சரிங்க நான் கிளம்புறன் பை" என்று குழந்தையை தூக்கிக்கொண்டு விடைப்பெற்றாள்.

"இமையே... இமையே..." என்ற பாடல் வரிகள் அவன் மனதில் ஓடிக்கொண்டிருக்க.... தன் கண்களை ஒரு நிமிடம் மூடியபடி தன் இருக்கையில் சாய்ந்தான். அவளோ வீடு நோக்கி பயணித்தாள். மனதில் இருவரும் ஒருவருக்கொருவர் ஆசை வைத்துக்கொண்டு ஏன் இந்த ஈகோ விளையாடிக்கொண்டிருக்கிறார்கள்.

.....

வீட்டுக்கு வந்தவளோ தன் குழந்தையை உடைமாற்றி உணவூட்டி கொண்டிருக்க தனது கைப்பேசி அழைத்தது எதிர்முனையில்.....

"ஏய் ராகவி என்னடி ஊருக்கு போயிட்டு ஒரு போன் கூட பண்ணல மாப்பிள்ளை எப்படி இருக்காரு" என்று கேள்விகளை அடுக்கினாள் அவளுடைய தாய்.

"மா... நான் பிஸியாவே இருந்துட்டேன் அதான் கால் பண்ணவே நேரம் கிடைக்கல. அவரு நல்லாருக்காரு மா நல்லாவும் பாத்துக்குறாரு. உண்மை சொல்லனும்னா எனக்கு இங்கேயே இருந்திடனும் போல இருக்கிறது. ஆனால் அவர் இன்னும் எந்த முடிவும் எடுக்கலை அதான்..." என்று சொல்லியவாறு தன் அழுகையை முழுங்கினாள்.

மகளின் மனவலி அந்த தாயிற்கு நன்றாக புரிந்தது. இருப்பினும் என்ன ஆறுதல் கூறுவது எனத்தெரியாமல்

"சரி மா பை.." என்று சொல்லிவிட்டு போனை வைத்து விட்டார்.

அத்தியாயம் - *18*

திருப்பதி சென்ற அந்த வயதான தம்பதியரோ தன் மகன் அகிலுக்கும் மருமகள் கீர்த்தியிற்கும் விரைவில் புத்திரபாக்கியம் கிடைக்க அந்த பெருமாளை வேண்டிக்கொள்ள, கூட்டத்தில் "கோவிந்தா கோவிந்தா" என்ற கரகோஷம் மக்கள் எழுப்ப அது நல்ல சகுணமாகவே காந்திமதியிற்கு தெரிந்தது.

எப்படியோ ஒருவழியாக தரிசனம் இனிதே முடிய அங்கிருந்து காலஹஸ்தி செல்ல எத்தனித்தனர்.

"காந்திமதி, இதுவும் நல்லாதான் இருக்குல" என்றார் காந்திமதியின் கணவர்.

"ஏங்க? எது நல்லாருக்கு" என்று காந்திமதி வினவ.." ஆமாம், வயதான காலத்துல எப்பபாரு வீட்டிலேயே அடைக்கலமாய் இருந்துக்கிட்டு புள்ளைங்களையும் தொந்தரவு பண்ணிக்கிட்டு நாமலும் சந்தோஷமா இல்லாமல் அவங்களும் தனிமையில் இல்லாமல் எவ்வளவு கஷ்டம்.. இப்ப பாரு மனசுக்கு எவ்வளவு நிம்மதியாக இருக்கிறது.. கோவில் குளம்னு சுத்திட்டு மனசுக்கு பிடிச்சதை வாங்கி சாப்பிட்டு, கோவில் மணியோசையை காதில் கேட்டுகிட்டு, இதுக்கு மேல என்ன வேணும் சொல்லு?" என்றார் தன் மனதில் இருப்பதை உணர்பூர்வமாக.

"ஆமாம்ங்க நீங்க சொல்றதும் சரிதான். இந்த வயசுல இதைவிட நிம்மதி வேற என்ன இருக்கப்போது. அகில் பற்றின கவலையும் இனி இல்லை.. எல்லாம் கீர்த்தி பார்த்துப்பா நாம இனிமே நம்ப வயதான காலக்கட்டத்தை

சந்தோஷமா நமக்கு பிடிச்ச மாதிரி அனுபவிக்கனும். கல்யாணம் ஆகி புருஷனுக்காக பாடுபடுறோம். அப்றம் குழந்தைங்க வந்தப்றம் அவங்களுக்காகவே வாழ்றோம் கடைசியில் நம்ப தனிபட்ட சந்தோஷத்துக்கு இடமே இல்லாமல் போயிடுது" என்று இவ்வளவு நாள் தன் மனதில் இருந்ததை வெளிப்படையாக கூறினார் காந்திமதி.

அவரது தோளை பற்றிய கணவர் "இங்கபாரு காந்திமதி இனிமேல் எந்த கவலையும் வேணாம்..உனக்கு பிடிச்ச மாதிரி நீ என்ன செய்யனும் ஆசைப்படுறியோ அதுக்கு நான் துணையாக இருக்கேன் சரியா. சரி உன் மனசுல இருக்கிற ஆசை என்ன" என்று வினவினார்.

தன் கணவனின் ஆதரவான அந்த வார்த்தைகளை கேட்டவள் "ஏங்க எனக்கொரு டெய்லரிங் கடை ஏற்பாடு பண்ணி தாங்க.. நான் இரண்டு பெண்களை வைத்துக்கொண்டு வேலையை கவனிச்சிக்கிறன். இது என்னோட ரொம்ப நாள் ஆசை, தினமும் வீட்டிலேயே எவ்வளவு நேரம் பொழுது கழிக்கிறது. அதான் மருமகள் இருக்காளே அவள் இனிமே எல்லா பொறுப்புகளையும் பார்த்துப்பா" என்று கூற அதற்கு கணவரோ..

"ம்ம்ம் நீ சொல்றதும் சரிதான். சதா எந்நேரமும் மாமியாரும் மருமகளும் எவ்வளவு நேரம் ஒருவர் முகத்தை ஒருவர் பார்ப்பீர்கள்.. நல்லது ஊருக்கு போனவுடன் முதல் வேலை ஒரு கடை வாடகைக்கு எடுக்கனும்" என்று இன்முகத்துடன் கூற அதைக்கேட்டு காந்திமதி மகிழ்ச்சியடைய தன் நீண்ட நாள் ஆசை நிறைவேற போகிறது என்பதை நினைத்து ஆறுதல் கொண்டாள்.

அதே நேரம் கீர்த்தி கைப்பேசியில் கணவருடன்,

"என்னங்க இப்ப லஞ்ச் டைமா, நான் சமைச்சு தந்த சப்பாத்தி வெஜ் ரோல் எப்படியிருந்தது" என்று கேட்க...

"அட்டகாசம் கீர்த்தி, எப்பபாரு இந்த லெமன் ரைஸ், சாம்பார் சாதம்னு எங்கள் அம்மா கொடுத்து அனுப்பி செம்ம போர். இப்ப நீ வந்த அப்றம் தான் யூடியூப்ல பாக்குற சாப்பாடு எல்லாம் நம்ப வீட்டு கிச்சன்ல பார்க்க முடியுது" என்று அவள் தலையில் ஐஸ் வைத்தாற்போல் புகழ்ந்தான் அகில்.

இதுதானே எதிர்பார்க்கிறார்கள் மனைவிமார்கள். கணவன் தன்னை பாராட்டி மகிழவேண்டும், தன்னை ஒருபடி மேல தூக்கி பார்க்க வேண்டும், இந்த வித்தை அகிலுக்கு நன்றாகவே தெரிந்திருக்கிறது. உண்மை தான், வேலை செய்யும் அலுவலகத்தில் தன் பெண்தோழமைகளின் எண்ணங்களை நன்கு ஆராய்ந்தவன்.

அவர்கள் அவர்களது கணவனிடமோ காதலனிடமோ என்ன எதிர்பார்க்கிறார்கள் என்பதை புரிந்தவனாக தன் என்னவள் கீர்த்தியிடம் பக்குவமாக நடந்துகொள்கிறான். இதற்கு தான் ஆண் பெண் பேதமின்றி பழகவேண்டும் என்கிறார்களோ என்னவோ. எதிர்பாலினத்தின் எண்ணங்களை புரிந்து கொள்ள முயற்சிக்கும்போது தான், தன் வாழ்க்கை துணையிடம் பக்குவமாக நடந்து கொள்ள இயலும். இந்த விஷயத்தில் அகில் கெட்டிக்காரன். ஆனால் இவனுக்கு அண்ணனாக இருக்கும் அர்ஜுனுக்கு விளங்கவில்லை போலும். மருத்துவனாக இருக்கும் அவனுக்கு ராகவியின் மனதை புரிந்து கொள்வதில் அவ்வளவு சிரமம் இருந்ததா என்ன?

ராகவியின் மனசு அர்ஜுனுக்கு புரிந்திருக்க வேண்டும். பொஸஸிவ் வருவது பொதுவாக பெண்களுக்கு இயல்பான குணம் தானே? இது ஏன் அர்ஜுனுக்கு புரியவில்லை. ஒரு மருத்துவனாக இருப்பினும் அவள் தன்னை விட்டு பிரியும் சமையம் அவள் கருவுற்றிருந்தது கூட அறிந்திருக்கவில்லை.. அந்த அளவா ராகவியை வெறுத்துக்கொண்டிருந்தான்? தற்போது திருச்செந்தூர் அழைத்தவன் மனதில் இருப்பதை இன்னும் வெளிப்படையாக சொல்லவில்லை.. ராகவி முழுவதுமாக மாறிவிட்டாள் இருப்பினும் இவர்கள் இருவரும் வாழ்வில் ஒன்று சேர்வார்களா? ஆண்டவனுக்கே வெளிச்சம்.

அர்ஜுனை பற்றி நினைக்கும்போது தான் காந்திமதியிற்கு சிறிது கவலை. ஒன்று ராகவியை ஏற்று கொள்ள வேண்டும், அல்லது வேறு ஒரு பெண்ணை மணக்க வேண்டும், இந்த இடைப்பட்ட நடுவில் அவன் இருப்பது ஏன்? இந்த கேள்வியிற்கு விடை தெரியாமல் தான் காந்திமதி கவலை கொள்கிறார் அவ்வப்போது. தன் குடும்பத்தின் வாரிசான அந்த பெண்தேவதை (அருவி) இருக்க அவளை அருகில் வைத்து கொஞ்சி மகிழக்கூட கொடுத்து வைக்கவில்லை இந்த தாத்தா பாட்டிக்கு.

"உஹும். இதை இப்படியே விடக்கூடாது, உடனே ஒரு பெண்ணை பார்ககனும் அவனுக்கு கல்யாணத்தை பண்ணி வைக்கனும்" என்று முடிவுக்கு வந்த காந்திமதி....

"என்னங்க... உங்கள் கிட்ட ஒன்னு கேக்கனும்" என்றார்.

"என்ன? கேளுமா" என்றார் கணவன், தன் மூக்கு கண்ணாடியை கழட்டியவாறு.

"நம்ப பையன் அர்ஜுன், முன்பு ஒரு பெண்ணை விரும்பினானே நியாபகம் இருக்கா? அதாங்க ராமசந்திரன் பொண்ணு பேரு ஆர்த்தி."

"அதுக்கு என்ன இப்ப?" என்றார் புருவத்தை உயர்த்தியபடி.

"அந்த பொண்ணு சென்னைல தாங்கள் இருக்கு ஆர்.ஜேவா நம்ப மருமகள் கீர்த்தியிற்கு அக்கா முறைதான் அந்த ஆர்த்தி... எப்படியோ ஒன்றுக்குள் ஒன்னா ஆகிட்டோம் நாம ஏன் அந்த பொண்ணை அர்ஜுனுக்கு கடாடிவைக்க கூடாது" என்று கேட்க...

"அப்போ ராகவியோட வாழ்க்கை? அந்த குழந்தை அருவி?" என்று பதற்றத்தில் வினவ....

"ஏங்க இப்படி எல்லாரையும் நினைச்சு கவலை பட்டா நம்ப புள்ள வாழ்க்கை என்னங்க ஆகுறது? அதான் டிவோர்ஸ் ஆயிடுச்சு தானே ராகவியிக்கும் அர்ஜுனுக்கும், இதுக்கு மேல இதை யோசித்து என்னங்க பண்றது" என்றாள் ஆதங்கத்துடன்.

தன் மனைவியை ஆசுவாசப்படுத்தி "சரி ஊருக்கு போனவுடன் பார்த்துக்கலாம். இப்ப காலஹஸ்தி போகுறதுக்கு பஸ் பிடிக்கனும் வா போகலாம். மனசை ரிலாக்ஸ் பண்ணிக்கோ. உன் கவலை எனக்கு புரியுது ஆனால் இதெல்லாம் இப்ப பேச வேண்டிய விஷயம் இல்லை..." என்று சமாதானம் செய்தார். எப்படியோ காலஹஸ்தி புரப்பட தயாராகி பேருந்து நிலையத்திற்கு வந்தனர் இருவரும்.

அத்தியாயம் - 19

காலஹஸ்தி பயணமும் முடித்துக்கொண்டு வீடு திரும்பிய தம்பதியர் களைப்பில் அமைதியாக சோப்பாவில் அமர்ந்து கொள்ள கீர்த்தியோ அவர்களுக்கு சூடான இரண்டு கப் டீ எடுத்து வந்து கொடுக்க..

அம்மாடி நீ டீ குடிக்கலையா என்று மாமனார் கேட்க "இதோ கிச்சன்ல இருக்கிறது மாமா எடுத்துட்டு வரேன்" என்று சமையலறையில் மீதம் இருந்த டீயினை குழுவையில் ஊற்றி எடுத்து வந்து அமர்ந்தாள்.

"கீர்த்தி டீ நல்லாருக்கு மா" என்று காந்திமதி சொல்லவே புன்னகையித்தவள் "அத்தை டீ போடுறது எல்லாம் ஒரு வேலையா விடுங்க அத்தை" என்று தன்னடக்கம் கொண்டவளாய் டீயை பருக அந்த மிதமான சூட்டில் அந்த தேநீர் சுவையோ அவர்களின் களைப்பை போக்கியது.

"அத்தை உங்கள் கிட்ட ஒன்று கேக்கனும் நம்ப அர்ஜூன் மாமா பற்றி என்ன முடிவு பண்ணியிருக்கீங்க" என்று ஆரம்பிக்க காந்திமதி தன் மனதில் ஏற்கனவே தீர்மானித்ததை பேச துவங்கினாள்.

"அ.. அது வந்து அவனுக்கு ராகவியோட இனி சரிபட்டு வராதுனு தோனுது அதான் அவன் விரும்பின உங்கள் அக்கா ஆர்த்தியை" என்று பேச்சை இழுக்க எதுவும் புரியாதவளாய்,

"ஆர்த்தியா? அவள் எப்படி?" என்று விழிக்க..

"ஏற்கனவே ஒருத்தருக்கொருத்தர் விரும்பியிருக்காங்க மா... ஏன் உன் அக்கா தானே உனக்கு தெரியாதா?" என்றுவினவ..

"அப்போ பவித்ரன்?" என்று உச்சரித்தவள் நிமிர்ந்து காந்திமதியை நோக்கியவள்.

"அத்தை இது வேண்டாம். ஆர்த்தியை அர்ஜூன் மாமாவுக்கு வேண்டாம். ஏனெனில் ஆர்த்தியிக்கு எங்கள் வீட்டு பெரியவர்கள் எங்கள் உறவுக்கார ஆண் ஒருத்தர முடிவு பண்ணியிருக்காங்க," என்று சொல்ல...

"பேசிதானமா வச்சியிருக்காங்க இன்னும் நிச்சயம் ஆகலையே! விடுமா நான் பாத்துக்கிறேன்" என்று பிடிவாதமாக கூறியவுடன் கீர்த்தியின் சிந்தனை பவித்ரனை நோக்கி சென்றது.

'பவித்ரன் பாவம் அக்காவை மனசுல நினைச்சிட்டு இருக்காரு. ஆனால் அக்கா இன்னும் பதிலும் சொல்லவில்லை. அப்படியிருக்க இந்த கல்யாணத்துக்கு அக்கா ஒத்துக்கிட்டா பவித்ரன் வாழ்க்கை என்ன ஆகும். இப்படி எல்லாம் யோசித்தவள்,

'இந்த அக்கா ஏன் இவ்வளவு நாள் அர்ஜூனை லவ் பண்ண விஷயம் நம்ம கிட்ட சொல்லல' என்று யோசித்தவாறு தன் அறையினுள் நுழைந்தவள்.

தனது கைப்பேசி எடுத்து அவளுக்கு ஒரு போன் செய்தாள்.

"ஆர்த்தி அக்கா.. ஃப்ரீயா இருக்கியா உன் கிட்ட கொஞ்சம் பேசணும்," என்றவள் போனின் ஹெட்செட் மாட்டியவாறு கட்டிலில் சாய்ந்தபடி..

"அக்கா உன்னை தான். ஃப்ரீயா இருக்கியா?"

"இருக்கேன் சொல்லு" என்று ஆரம்பிக்க...

"நீ பவித்ரனுக்கு உன்னுடைய பதிலை சொல்லப்போறியா இல்லையா" என்று கேட்க,

"இப்ப எதுக்கு டி இதை பத்தி கேக்குற?" என்று தனது மெல்லிய குரலில் உரைக்க...

"இல்லை எல்லாம் காரணமாக தான் சொல்லு. சரி உனக்கும் அர்ஜுன் மாமாவுக்கும் முன்பு லவ் எதாவது இருந்துச்சா?" என்று மீண்டும் கேள்விகள் முன்வைக்க தடுமாற்றம் கொண்டவளாய்.

"அர்ஜுனை லவ் பண்ணது உண்மை தான். ஆனால் இப்ப அப்படி ஒரு எண்ணம் இல்லை" என்று கூற

"அப்படினா பவித்ரனுக்கு ஓகே சொல்லிடேன் ஆர்த்தி" என்றவள் ஆர்த்தியின் பதிலுக்காக கூர்ந்து கவனித்தவள்.

"கீர்த்தி... பவித்ரனை கல்யாணம் பண்ணிக்க சம்மதம் தான் ஆனால்.." என்று இழுக்க..

"என்னக்கா ஆனால்..?"

"சொல்லத்தெரியல ஆனால் ஏதோ ஒன்னு தடுக்குது" என்று கண்கலங்கினாள்.

"அய்யோ அக்கா முடிவுல முதலில் தெளிவாக இரு. இங்க என்னடானா காந்திமதி அத்தை உன்னை அர்ஜுனுக்கு கல்யாணம் முடிக்க பாக்குறாங்க. நீ என்னடானா உன் பதிலில் தெளிவாக இல்லாமல் இருக்க.

இதுல பாதிக்க படபோறது என்னவோ பவித்ரன்" என்று சொல்லி முடிக்க..

கைப்பேசியை வைத்துவிட்டு ஆர்த்தி தன்னை சற்று சுதாரித்து கொண்டாள். அடுத்து என்ன தன் வாழ்க்கை என்ன என்பதை நினைத்து குழப்பமே மிஞ்சியது.

பவித்ரனை மணந்து கொண்டால் பெரியவர்கள் ஆசை நிறைவேறிவிடும். அர்ஜுனை மணக்கும் வாய்ப்பு தான் எதிர்பாராத வாய்ப்பு.. ஆனால் ஒருவகையில் இது ராகவியை பாதித்து விடும். ராகவியை அர்ஜுன் மணப்பது சரி என்றாலும் இருவரின் மனதிலும் என்ன இருக்கிறது என்பதை தெரிந்து கொள்ள வேண்டும். முதலில் அர்ஜுனிடம் கலந்து பேசவேண்டும்.

அர்ஜுன் ராகவியை ஏற்றுக்கொள்ள முன்வந்தால் அவர்கள் சேர்ந்தே வாழட்டும். அதற்கு நான் துணையாக இருப்பேன். என்னுடைய வாழ்க்கை பவித்ரனுடன் தான் என்பதை கடவுள் பொறுப்பில் விட்டுவிட்டு என் வேலையை கவனிக்க போகிறேன். என்று தீர்மானித்து கொண்டு தன்னை ஆசுவாசப்படுத்திவிட்டு மீண்டும் கைப்பேசி எடுத்தாள்.

இந்த முறை அழைப்பு அர்ஜுனுக்கு. ஆனால் அழைப்பை எடுப்பானா? என்ன சொல்வான்? இவள் என்ன பேசப்போகிறாள்? பொறுமையுடன் இருப்போம்.

அத்தியாயம் - 20

கைப்பேசி ரிங் ஒலித்துக்கொண்டிருக்க அதை எடுக்க கைவிருவிருவென இருந்தாலும் இது அர்ஜுனுக்கு வந்திருக்கும் அழைப்பல்லவா? ஏன் எடுக்க வேண்டும் என்று விட்டுவிட்டு தன் வேலையை கவனித்தாள் ராகவி.

அதற்குள் அர்ஜுன் எடுத்து விட "ஹலோ நான்.. நான் ஆர்த்தி" என்றாள் பதற்றமாய்.

"சாரி ராங் நம்பர்" என்று வைத்துவிட ஒன்றும் புரியாதவளாய் போனை வைத்துவிட்டு, தன் வேலையை கவனித்தாள். ஆனால் மனம் ஏனோ சுருக்கென்று வலித்தது. ஏன் தன்னை ராங் நம்பர் என்று அழைப்பை துண்டிக்க வேண்டும் என்று யோசிக்க யோசிக்க மனம் பாரமானது. அலுவலகத்தில் இருப்பதால் இதை பெரியதாக முகத்தில் காட்டிக்கொள்ளவில்லை...

"என்னங்க யாருங்க போன்ல?" என்று ராகவி கேட்க, அதான் ராங் நம்பர் சொன்னேனே அப்றம் ஏன் கேக்குற சரி அதைவிடு நீ புறப்படு கோவிலுக்கு போகனும். வந்ததுல இருந்து உன்னை திருச்செந்தூர் முருகன் கோவிலுக்கு அழைச்சிட்டு போகவேயில்லை அதான் வா போலாம் என்று அழைத்த மறுகனமே வேகமாக தயாராகி கிளம்பினாள்.

"ம்ம்ம் ஏதோ ஒன்று குறையுதே. ம்ம்ம் மல்லிகை பூ" என்று யோசித்தவள் அவனிடம் ஏங்க பக்கத்தில் மல்லி ஒருமுழம் வாங்கிட்டு வந்திடுங்க கோவிலுக்கு போறப்ப பூ இல்லாமல் இருந்தால் நல்லாருக்காது..

"உண்மை தான் அதான் முன்னாடியே வாங்கி வச்சிட்டேன். அந்த டேபிளில் இருக்கும் பாரு" என்று புன்முறுவலுடன் கூற, கொஞ்சம் கூட இந்த நிகழ்வை எதிர்பாராத நிலையில் வெட்கத்தோடு அந்த பூவை எடுத்து சூடிக்கொண்டாள்.

"என்னங்க போலாமா?"

"ம்ம்ம் வா கார்ல ஏறிக்கோ. அருவியை என்கூட ப்ரன்ட் சீட்டில் உக்கார வச்சிரு" என்று கூற

"அப்படினா நான் பேக்ல உக்காரனுமோ" என்று கேட்க..

"ஹாஹா... ஒன்னும் பிரச்சினை இல்லை முன்னால் குழந்தையை மடியில உக்கார வச்சிக்கிட்டு நீ உக்காரலாம்" என்று நகைத்துவிட்டு காரில் ஏறி அமர்ந்து கொள்ள....

கார் புரப்பட்டது.. சற்று நேரத்தில் கோவிலுக்கு வந்தடைந்தனர். கூட்டம் என்னவோ குறைவாக காணப்பட்டது எனவே தரிசனத்தை சீக்கிரம் முடித்துவிட்டு அங்கிருக்கும் கடற்கரை வந்தமர.

கடல் அலையின் ஓசைகள் அவன் செவிகளில் இசைக்க ஆரம்பிக்க மனசு லேசானது அவளிடம் பேச நினைப்பதை பேசிவிடலாம் என எண்ணினான்.

"ராகவி" என்றது அவனுடைய குரல்.

"சொல்லுங்கள் அர்ஜுன்" என்றாள் ஏதோ எதிர்பார்த்தபடி.

"ராகவி, சட்டப்படி நீயும் நானும் விவாகரத்து பண்ணியிருந்தாலும் மனசார இன்னும் பிரியலையோனு தோன்றுது. இதை எப்படி சொல்றது தெரியல. இனி இந்த

வாழ்க்கை வேண்டுமா வேணாமா என்று நம்ப இரண்டு பேரும் எடுக்குற முடிவுல தான் இருக்கிறது. முன்ப விட இப்பதான் நான் உன்னை லவ் பண்ணவே ஆரம்பிச்சிருக்கேன். ஆனால் நீ முன்னாடில இருந்தே லவ் பண்ற அது இப்பதான் புரியுது" என்று சொல்லி முடிக்க..

காதோரம் தன் கூந்தலை ஒதுக்கியவள் "எப்படி சொல்றீங்க நான் முன்னாடில இருந்தே லவ் பண்றேனு?" என்று கேட்க...

"பொஸஸிவ். இந்த ஒரு விஷயம் தான் காதலோட ஆரம்பமே. ஆனால் இதை நீ வெளிப்படுத்தும் விதம் எனக்கு அப்போதெல்லாம் எரிச்சலூட்டியது அதான் அப்படி எல்லாம் நடந்துக்கிட்டேன் சாரி.."

"சாரி நான் தாங்க கேக்கனும் டிவோர்ஸ் முடிவுக்கு போகுற அளவு உங்களை கடுப்பேத்திட்டேன். நான் பொறுமையா இருந்திருந்தால் டிவோர்ஸ் நடந்துர்க்காது" என்று சொல்லி திரும்புவதற்குள் விளையாடிக்கொண்டிருந்த அருவியை காணவில்லை...

திகைத்து போனார்கள் அர்ஜுனும் ராகவியும்.. கண்கள் எல்லாம் இருண்டது சில நிமிடங்கள்.

"அருவி... அருவி" என்று அழைத்தவாறு இருவரும் வெவ்வேறு பக்கம் திரும்பினர்.

எங்குமே காணவில்லை... ஆம் கடற்கரை விளிம்பில் கூட பார்வையை உலாவவிட்டு பார்த்தும் எங்கும் காணவில்லை. அந்த இரண்டு வயதே எட்டும் சிறுப்பிள்ளைக்கு கதற கூட தெரியாதே.. எங்கே போனது?

"அர்ஜுன் இப்ப அருவிவியை எங்கே போய் தேடுறது" என்றது அவள் பதற்றமடைந்த குரல்.

"கொஞ்சம் வெயிட் பண்ணு. நான் எனக்கு தெரிஞ்ச நண்பர் ஒருத்தர்ட சொல்றேன். அவர் இந்த ஊர் காரர் தான்.. இங்க இருக்கிற முக்கியமான புள்ளியில் அவரும் ஒருவர். அவர் கிட்ட சொன்னா ஆக்ஷன் எடுப்பார் போலிஸ் கிட்ட சொல்லி, என்று கூறிக்கொண்டே அவருக்கு போன் செய்ய...

"சார் நான் நான்... டாக்டர் அர்ஜுன் பேசுறன் என் பொண்ணு அருவி காணாமல் போயிட்டா கடற்கரை கிட்ட. எப்படியாவது கண்டு பிடிச்சு நீங்க தான் தரணும். ப்ளீஸ் சார் கொஞ்சம் போலிஸ் கிட்ட சொல்லி உதவி பண்ணுங்க" என்று கெஞ்சலான தோரணையில் கேட்க..

"என்ன உங்கள் மகளா? அப்படினா உங்களுக்கு குடும்பம் எல்லாம் இருக்கா" என்று வினவ அவனோ ஆமாம் என்று கூற "சரிங்க சார் எதுக்கும் கவலை படாதிங்க நான் பாத்துக்கிறேன்" என்று சொல்லிவிட்டு போனை வைக்க...

"வா ராகவி உன்னை வீட்டுல விட்டுட்டு நான் ஒருபக்கம் தேடுறேன்" என்று அழைத்துக்கொண்டு அவன் செல்ல முற்பட அவளறியாமல் அவன் கைகளை பற்றியவள் கண்களில் நீர் கசிந்தவாறு நடக்க, உடலில் தெம்பில்லாதவள் போலவே காணப்பட்டாள். ஆனால் உண்மையில் மனதில் தான் தற்போது தெம்பு இல்லை...

அவளை தோளில் சாய்த்தவாறு கார் இருக்கும் பக்கம் நடந்து வந்துக்கொண்டிருக்க திடீரென்று ஒரு சத்தம்....

என்ன என்பதுபோல் திரும்பி பார்க்க அங்கு ஒருவர் விபத்தில் சிக்கிக்கொள்ள.. அவரை காப்பாற்ற வேகமாக ஓடினான் அர்ஜுன். ஒரு மருத்துவனாக எந்த

சூழலிலும் தன் வேலையை கவனிப்பதில் எல்லா மருத்துவனும் கடவுளாக தெரிகின்றனர்.

ஒருபக்கம் அருவியின் காணாமல் போன கவலை இன்னொரு பக்கம் விபத்தில் மாட்டியவனை காப்பாற்றும் முயற்சி.. இதற்கிடையில் ராகவியின் மனநிலை..

என்ன நடக்கும் பார்ப்போம்.

அத்தியாயம் - 21

ராகவியின் மனநிலையோ குழப்பம் மிகுந்தவையாக இருந்தது. என்ன நடக்கிறது என்பதை உணரமுடியவில்லை, எங்கே தான் பெற்ற குழந்தை, அவளை யார் தூக்கிட்டு போயிருக்காங்க? இப்ப அவளோட நிலை என்ன என்பதெல்லாம் புரியாமல் தவித்தாள்.

அர்ஜுன் விபத்தில் இருந்தவனை முதல் உதவி செய்து ஆட்டோவில் ஏற்றி அனுப்ப எத்தனிக்கும் போது அவனோ தட்டுத்தடுமாறி

"சார் முன்னாடி கார்ல போன ஒரு கும்பல் ஒரு குழந்தையை கடத்திட்டு போனாங்க, அந்த குழந்தை அலறல் சத்தம் கேட்டு தான் ஓடிப்போனேன் அப்பதான் பைக் வந்து தட்டிடுச்சு. சார் அந்த குழந்தை ப்ளூ கலர் ட்ரஸ் போட்டுருக்கு காப்பாத்துங்க" என்றுரைக்க அர்ஜுன் அது தன் குழந்தை என்பதை உணர்ந்தவாறு, ராகவியை அழைத்துக்கொண்டு தனது காரில் அந்த காரை பின்தொடர முயன்றான்.

"என்னங்க நம்ப பொண்ணை ஒன்னும் பண்ணியிருக்க மாட்டாங்கல" என்றாள் பதறியபடியே..

"இல்லை கவலை படாத பிடிச்சிடலாம்" என்றபடி காரை வேகமாக செலுத்தினான். விபத்தில் சிக்கியவன் சொன்ன அடையாளம் வைத்து அந்த காரை பின்தொடர்ந்து செல்ல.....

அந்த கார் ஒரு கூடாரத்தில் நுழைந்தது..

"மச்சி பீஸ் வந்தாச்சு.. நமக்கு தேவையானதை எடுத்துக்கலாம். அப்றம் போறவழியில இறக்கி விட்டுடலாம்" என்று கூட்டத்தில் இருந்த ஒருவன் கூறிக்கொண்டு இருக்கும் போதே அர்ஜுனின் கார் உள்ள நுழைந்தது.

"நீ உள்ளவே இரு" என்றபடி இறங்கினான் நம்ப கதாநாயகன் அர்ஜுன்.

இறங்கியவன் நேரே சென்று பேசியவனை ஒரு கை பார்த்தான். இதுவரை உயிர காக்க மட்டுமே அந்த கைகள் மற்றவர்கள் மீது வைத்த அர்ஜுன், இன்று ஒரு உயிரை வதைக்க ஓங்கியது. நரம்பு எல்லாம் பொடைத்தவாறு அவன் கைகள் எல்லாம் முரட்டுத்தனமாக அங்கிருந்த அரக்கன்களின் உடம்பில் விளையாடியது.

கடைசியில் அந்த ஒருவனிடம் "ஏண்டா என் குழந்தையை கடத்துனீங்க?" என்று வினவ..

"சார் என்னை விட்டுடுங்க எங்களுக்கு தேவை உங்கள் குழந்தை இல்லை, அதோட கிட்னி மட்டும் தான்.. கிட்னி திருடி விக்கிற கும்மல் நாங்க.. ஆனால் எங்களுக்கு மேல ஒரு தலைவன் இருக்கான்..." என்று சொல்லி முடிப்பதற்குள் போலிஸ் அங்கு வந்துவிட அவர்களை எல்லாம் கூண்டோடு ஏத்திக்கொண்டு செல்ல.. தன் குழந்தையை தூக்கிக்கொண்டு சட்டையை சரிசெய்தவாறு ராகவியிடம் வந்தான் அர்ஜுன்.

தன் குழந்தையை வாரி முத்தமிட்டு தன் மடியில் அமர்த்தியவள், "செல்லம் கொஞ்சம் நேரத்தில் துடிச்சுபோயிட்டேன்" என்று கண்கலங்க அவளின் தலையை வருடியவன்..

"ராகவி ரிலாக்ஸ் அதான் எதுவும் ஆகவில்லை அப்றம் என்ன விடு"

"என்னங்க என்னால அழாமல் இருக்கவே முடியல" என்று வெதும்ப அப்படியே வீடுவந்து சேர்ந்தனர். அருவி அசதியில் தூங்கிவிட்டாள்.

ராகவியால் இன்னும் எதையும் மறக்க இயலவில்லை... தன் ஹீரோயிசத்தின் முயற்சியில் குழந்தையை மீட்டெடுத்த சந்தோஷத்துல மிதந்தான். தனக்குள் எப்படி இப்படி ஒரு வேகம் என்பதில் அவனுக்கே ஓர் பூரிப்பு. சின்னவயசுல கராத்தே பயன்றது எவ்வளவு உதவியாக இருந்தது என்பதை உணர்ந்தவன்.. திரும்பி ராகவியை பார்க்க, அவளோ சோர்ந்து போய் அமர்ந்திருக்க..

"ஹலோ மேடம் இப்படியே இன்னைக்கு இரவு கழிச்சிடலாம் நினைப்பா?"

"இல்லைங்க அது வந்து"

"போ போயி குழந்தை பக்கத்தில் படுத்து தூங்கு எல்லாம் சரியாகிடும்" என்று சொல்லி முடிப்பதற்குள் அவன் மடியில் தலை சாய்த்தவள்.

"உங்கள் மடியில் கொஞ்சம் படுத்துக்கவா?" என்றாள்.

"ம்ம்ம்" என்று ஒற்றை வார்த்தையில் ஒப்புதல் அளித்துவிட்டு தன் பார்வையை வேறெங்கோ உலாவ விட்டபடி இருந்தான். அவளது கண்ணிர் துளிகள் அவனது ட்ராக் பாண்ட்டை நனைத்து கொண்டு இருப்பதை உணர்ந்தவனாய்.

"இன்னும் உன்னால மறக்க முடியலையா?" என்றான் கண்களை துடைத்து விட்டு.

"இல்லைங்க என்னவோ தெரியல உங்கள் கூட இருக்கிற ஒவ்வொரு நொடியும் நான் பாதுகாப்பு உணர்வோட இருக்கேன். நீங்க என்னை விட்டு போயிடாதிங்க ப்ளீஸ்" என்றாள் அந்த பெண்ணவள்.

"ப்ச்ச் இங்கபாரு இதைபத்தி பேசத்தான் உன்னை இங்க வரவே சொன்னேன். ஆனால் எல்லா பொறுமையாக பேசிக்கலாம் என்று விட்டுவிட்டேன். அதுக்குள்ள இப்படி என்னென்னமோ நடந்துடுச்சு விடு.." என்றான் அவள் தலைகேசத்தில் தன் விரல்களை நுழைத்து நீவியவாறு..

சட்டென எழுந்தவள்,

"அப்படினா என்னை ஏத்துக்க உங்களுக்கு முழு சம்மதமா?" என்றாள்.

"ம்ம்ம்" என்றபடி கண் சிமிட்டினான். அதை கண்டு புன்னகையித்தவள். அவனது நெற்றியில் முத்தமிட்டு விலக, அவள் கைகளை பிடித்து இழுத்து தன் மடியில் அமர்த்தியவன்..

"இனி உன்னை விடமாட்டேன் ராகவி.. நீயும் அருவியும் தான் என்னோட உலகமே. ஐ..லவ்..யூ" என்றவன் இருக அணைக்க.. அவனது பிடியில் இருந்து மீளமுடிந்தாலும் மனமில்லாமல் அவனது பிடிக்குள் இருக்க... அவனும் ஏதோ சிறுகுழந்தையை மடியில் அமர்த்தியிருப்பது போல அப்படியே இருக்க.... கடிகாரம் மணி பன்னிரெண்டு என காட்டியது.

"தூங்க போலாமா?" என்றவனிடம் சரி என்றுரைத்தவள்.

"நீங்க முதல்ல என்னை விடுங்க" என்று சைகையால் காட்ட, அவனோ

"ஸ்ஸ்.. சாரி" என்று விலக்க அவளோ அருவியின் பக்கத்தில் சென்று படுத்து கொண்டாள். அவனும் வேறு அறையில் உறங்க சென்றான்.

எல்லாம் சரி என்று முடிவானாலும் தனி தனி அறையில் ஏன் இன்னும் என்று தோன்றியது.. ஆனால் அது முறையல்ல, முறைப்படி அவளை மீண்டும் சம்பரதாயம் கொண்டு மனைவியாக்கி பிறகு பார்த்து கொள்வோம் என்று உறங்கிவிட்டான் மனநிறைவுடன்.

....

ஏன் இவர் போன் எடுக்கல என்ற குழப்பத்துடன் ஆர்த்தி இருக்க காலை விடிந்தவுடன் மீண்டும் முயற்சி செய்தாள்.

இந்த முறை எடுத்த அர்ஜுன், "ஆர்த்தி ப்ளீஸ் இனி எனக்கு போன் பண்றதோ பார்க்க முயற்சி பண்றதோ வேணாம். நேத்து வேணும்னே தான் ராங் நம்பர் சொல்லி கட் பண்ணேன். புரிஞ்சிக்க ஆர்த்தி. நான் ராகவியோட சேர்ந்து வாழ ஆசைப்படுறன். அவளுக்கு நீ என்கூட பழகுறது பிடிக்காது. உன்னை மனசுல நினைச்சிட்டு இருந்ததால தான் டிவோர்ஸ் வரை போச்சு எங்கள் உறவு. ஆனால், இனி இதுக்கு வாய்ப்பு தரமாட்டேன்," என்று கூறிவிட்டு போனை வைக்க...

ஆர்த்தியின் கண்கள் கலங்கியிருந்தாலும் மனதில் ஓர் தெளிவு, அப்படியானால் பவித்ரனுக்கு ஓகே சொல்லிடுவாளா?

அத்தியாயம் — 22

ஆர்த்தியின் சிந்தனை முழுவதும் பவித்ரனுக்கு என்ன பதிலளிப்பது என்பதிலே இருந்தது. சரி என்று ஒப்புக்கொண்டு சேர்ந்துவிடலாமா அல்லது இப்படியே திருமணம் ஆகாத கன்னியாய் வாழ்க்கையை ஓட்டிவிடலாமா, ஒருவேளை அப்படி ஓட்டினால் அதற்கு பெற்றோரும் உறவினர்களும் ஒப்புக்கொள்வார்களா? இப்படியான கேள்விகள் மனதில் எழத்துவங்கின..

"மேடம் உங்களை பார்க்க யாரோ வந்துருக்காங்க" என்றான் அந்த ரேடியோ ஸ்டேஷன் ஊழியர்.

"ம்ம்ம் வெயிட் பண்ண சொல்லுங்கள்" என்றவள் எழுந்து வந்து பார்க்க என்ன ஆச்சரியம் அங்கிருப்பது பவித்ரன்.

"ஹாய்" என்றான் பவித்ரன் சற்றும் தயங்காமல்..

"ஹாய் மிஸ்டர் பவித்ரன்" என்றாளே இவளும். இருவரும் ஒருவர் முகத்தை ஒருவர் பார்த்துக்கொள்ள சட்டென்று அங்கு பொழிய ஆரம்பித்த ஜோர் மழை அவர்களை தட்டியெழுப்பியது.

"நல்ல மழை, நல்ல வேலை அதுக்கு முன்பே இங்கே வந்துட்டிங்க" என்றாள் அவனிடம்.

"ஹாஹா ஆமாம்" என்றான் தோளை குலுக்கி.

"வாங்க எங்கள் ஸ்டேஷன் கேண்டினில் காபி சாப்பிடலாம்" என்றபடி அவனை அழைத்து கொண்டு

கேண்டின் சென்றாள். காபியும் வந்துவிட்டது இனி காபியை சுவைப்பது மட்டுமே மிச்சம்.

இந்த காபியுடன் சூடான பஜ்ஜியும் இருந்தால் நல்லாருக்கும் என்று உள்மனது பவித்ரனுக்கு கூறியது 'அடேய் மடையா இதுக்காகவா நான் இங்கே வந்தேன்' என்று தட்டியெழுப்பியது சுயநினைவு.

"அப்றம் பவித்ரன் எதாவது சொல்லனுமா?" என்றாள் சாதாரணமாக...

"ஆமாம்" என்றான்.

"சொல்லுங்கள்"

"இல்லை ஒன்றுமில்லை"

"சரி வெயிட் பண்ணுங்க ஆபிஸ் டைமும் முடிஞ்சிடுச்சு நான் என்னோட கைப்பை எடுத்து வந்திடுறேன் ஒன்றாகவே கிளம்புவோம் என்று கூறிவிட்டு கீழே இறங்கி பையுடன் மீண்டும் வந்தாள்.

"கிளம்பலாம் பவித்ரன்" என்று புன்னகையித்தாள். இருவரும் வெளியே வந்து ஒரு ஆட்டோவை பிடித்தனர். ஆட்டோவில் தனது ஷார்ட் படம் பற்றி விவரிக்க துவங்கினான். அதில் மிகுந்த சுவாரஸ்யம் அடைந்தவள், அவள் பங்கிற்கு சில ஆலோசனைகள் கூறினாள். திடீரென பெட்ரோல் இல்லாமல் ஆட்டோ நின்றது.

"சார் இதுக்கு மேல வண்டி போகாது" என்றார் ட்ரைவர். எனவே அவனுக்கு காசை கொடுத்து விட்டு இவர்கள் இறங்கி நடக்க ஆரம்பிக்க அவன் தங்கியிருந்த விடுதி வந்தது.

"ஆர்த்தி இங்கே தான் நான் தங்கியிருக்கேன். இந்த தங்கும் விடுதி என் நண்பனோடது சென்னை வரும்போது இங்கே தங்குறது வழக்கம்" என்றான்.

"அப்படினா இப்ப நான் என் வீட்டுக்கு போக இன்னும் ரொம்ப தூரம் இருக்கே" என்றவள் சற்று யோசிக்க..

"ஹலோ மேடம் இந்த மழைல நீங்க அவ்வளவு தூரம் எல்லாம் நடக்க முடியாது ஜன்னி வரும் பேசாமல் என் அறையில் வந்து ரெஸ்ட் எடுங்கள் மழை விட்டதும் போயிக்கலாம்" என்றான்.

"இல்லை அது வந்து...." என்றிழுக்க

"அட வாங்க" என்று உள்ளே அழைத்தான். உள்ளே நுழைந்து லைட் ஆன் செய்து பிறகு துவட்ட துண்டு எடுத்து தந்தவன், அவளுக்கு தண்ணீர் எடுத்து வந்து தந்தான். இப்படி நிமிடம் கடந்து கொண்டு போனது.

திடீரென குளிர் எடுத்துக்க அவளோ நடுங்கி கொண்டு சுருண்டு கொண்டாள்.

"ஏய், என்ன ஆச்சு?"

"தெரியல குளிர் அடங்கல" என்றாள்.

உடனே அவனிடம் இருந்த தைலம் எடுத்து பாதத்தில் உரசி தேய்த்து விட குளிர் அடங்கியது. சற்று நேரத்தில் ஒன்றும் புரியாமல் விலகினாள்.

"ப்ச்ச்... சாரி ஆர்த்தி என்ன பண்றது ஆபத்துக்கு பாவம் இல்லை" என்று தைலம் தேய்த்து விட்டதுக்கு நியாயம் பேசத்துவங்கினான்.

"பரவாயில்லை" என்றாள் ஒற்றை வார்த்தையில். எழ எத்தனிக்கும் போது தடுமாறி அவன் மீதே விழுந்தாள் ஆர்த்தி. பவித்ரன் பார்வையில் ஒருவித பயமும் காதலும் தெரிந்தது.

"சாரி தெரியாமல் விழுந்துட்டேன்" என்றவள் எழுந்து கொண்டாள். பெண்ணவளுக்கு சிறிது வெட்கமும் கலந்துவிட நமட்டு சிரிப்புடன் தன் ஹேண்ட் பேக் எடுத்து கொண்டு கிளம்ப, அவளை ஆட்டோவில் ஏற்றிவிட்டு அறைக்குள் புகுந்து கொண்டான்.

"ஆர்த்தி... ச்சி இன்னைக்கு நடந்தது நினைச்சு பாக்குறப்ப எனக்கே வெட்கமா இருக்கு" என்று ஆணுக்கு உரிய அந்த வெட்கத்தில் நகத்தை கடித்தான்.

வீட்டுக்கு வந்த ஆர்த்தி தன்னை ப்ரெஷ் அப் செய்து கொண்டு வேலைகளை செய்யத் துவங்க...

"ஆர்த்தி உன்கிட்ட முக்கியமான விஷயம் பேசணும்" என்றார் அந்த வயதான தந்தை.

"என்னப்பா?" என்றாள் மென்மையான குரலில்.

"உனக்கும் அர்ஜுனுக்கும் கல்யாணம் பண்ணலாம்னு காந்திமதி வந்து இங்கே பேசிட்டு போனாங்க.. உனக்கு அர்ஜுனை இரண்டாதாரமா கட்டிக்க சம்மதம் தானே?" என கேட்க..

"ப்ச்ச் என்ன இதெல்லாம் நான் கேட்டேனா?" என்றாள் குரலை உயர்த்தி.

"நீ தானே ஒருகாலத்தில் அவனை விரும்பின இப்ப என்னடி அவனை கட்டிக்க?" என்றார் தாய்.

"வேணாம்பா இது சரி வராது. அர்ஜூன் என்னோட காதலனா இருக்கலாம் ஒரு காலத்துல. ஆனால், ராகவியை மணந்த அப்றம் எனக்கு எந்த உரிமையும் இல்லை," என்றாள் கண்களை கசக்கியபடி.

"இல்லைடி, நீ பவித்ரனுக்கு சரின்னு சொல்லவே இல்லை ஒருவேளை இவனை மனசுல நினைச்சு தான் அப்படி மௌனம் காத்தியோனு தோணுச்சு அதான் அந்த அர்ஜூனுக்கே" என்று தாய் பேச்சை தெளிவு படுத்த...

"மா... அதுக்காக அர்ஜூனை கட்டிவைக்க முடிவே பண்ணிடுவீங்களா? என்னை ஒருவார்த்தை கேக்கவேயில்லை.. சரி, இதோ பாருங்க அர்ஜூன் என் வாழ்க்கையில் வரமாட்டாரு, ஏன்னா அவரு ராகவியோட மறுபடியும் சேர்ந்து வாழ ஆசைப்படுறாரு. இதுக்கு நான் குறுக்கிட விரரும்பல, ராகவியோட எதிர்காலமும் அடங்கியுள்ளன... அதனால எனக்கு அர்ஜூன் வேணாம்."

"சரி அப்படினா உன் வாழ்க்கை யாரோட?" என்றார் தகப்பனார்.

"என் வாழ்க்கை... என் வாழ்க்கை" என்று தடுமாறினாள்.

"அப்போ பவித்ரனை கட்டிக்கிறியா டி?"

"மா... ப்ளீஸ் என்னை அழ வைக்காத" என்றவள் அறையினுள் நுழைய தாயோ அவளருகே சென்று..

"இந்த வயதான அப்பா அம்மாவை நினைச்சு பாருடி. இந்த தள்ளாடுற வயசுல உனக்கு ஒரு நல்லது நடக்காதா என்று ஏங்கிட்டு இருக்கிறோம். நாங்கள் உயிரோட இருக்கிறதுக்குள்ள ஒரு கல்யாணம் பண்ணிக்கடி," என்று உருக்கமாக கூற தாயை

கட்டிக்கொண்டு அழுதாள். அவள் மனது ஆறும் வரை பிறகு அவளுக்கு என்ன தோன்றியதோ...

அழைப்பேசியை எடுத்தாள்.

"பவித்ரன்..."

"சொல்லு ஆர்த்தி"

"நம்ப இரண்டு பேரும் கல்யாணம் பண்ணிக்கலாம். ம்ம்ம் ஆமாம் முடிவு பண்ணிட்டேன் ஸோ ஆகவேண்டியத உங்கள் வீட்டில் ஏற்பாடு பண்ண சொல்லு, முறைப்படி என்ன சம்பரதாயம் இருக்கோ பண்ண சொல்லு" என்று கூற மகிழ்ச்சியில் மெத்தையில் அப்படியே சாய்ந்தவன்,

"நீ நிஜமா தான் சொல்றீயா?"

"ம்ம்ம்"

மீண்டும் வெட்கத்தில் அவன்.. ஆனால் கடிப்பதற்கு நகம் ஏதும் மிச்சம் இல்லை... ஆண்கள் வெட்கம் படும் தருணம் இவ்வளவு சுகமாக இருக்குமோ என்பதை நினைத்து பூரித்து போனான்.

ஆனால் முழு மனதுடன் அவள் சம்மதித்தாளா தெரியவில்லை. பார்ப்போம்.

அத்தியாயம் — 23

தென்றல் காற்று வீச, தன் கூந்தலை காதோரம் ஒதுக்கியபடி கீர்த்தி தன் கணவன் அகிலுடன் கைக்கோர்த்து மலைகளின் ராணியான ஊட்டியில் வலம் வந்து கொண்டிருந்தாள். ஆம் தேன்நிலவுக்கு வந்திருந்தனர் தம்பதியர்.

தேன்நிலவுக்கு அனுப்பி வைத்த காந்திமதி தன் வீட்டில் விரைவில் குழந்தை சத்தம் கேட்டுவிடும் என்ற எதிர்பார்ப்பு கொண்டு அந்த சந்தோஷத்தில் தன்னை ஆட்கொண்டு வலம்வர..

"காந்திமதி அர்ஜூன் கல்யாணம் பற்றி பேச நம்ப ஆர்த்தியின் வீட்டுக்கு போலாம்டி. எவ்வளவு நாள் தாமதிக்கிறது"

"அதுவும் சரிதான்" என்றபடி தயாரானாள்.. ஒரு ஆட்டோ பிடித்து இருவரும் ஆர்த்தியின் வீட்டுக்கு செல்ல..

"வாங்க வாங்க" என்று வரவேற்றனர் அவளது பெற்றோர்...

"எப்படி இருக்கீங்க?.. கீர்த்தி அகில் இரண்டு பேரும் சவுக்கியமா இருக்காங்க.. அவங்க கூட உங்களை பார்க்கணும் என்று சொன்னாங்க.. சரி முக்கியமான சமாச்சாரம் அதான் நாங்களே கிளம்பி வந்துட்டோம்" என்று காந்திமதி சொல்ல.. அது என்ன முக்கியமான விஷயம் என்றபடி ஆர்த்தியின் பெற்றோர் யோசிக்க..

ஆர்த்தியிற்கு எல்லாம் புரிந்து விட்டது. எதுவும் சொல்லாது மௌனமானாள். போலியான ஒரு புன்னகையை வரவழைத்துக்கொண்டு அவர்களை பார்த்து கொண்டிருக்க...

"வாமா மருமகளே இங்கே வந்து உக்காரு" என்று காந்திமதி கள்ளகபடம் அற்று அழைக்க இவளோ அவர்கள் அருகில் அமர்ந்தாள். தற்போது ஆர்த்தியின் பெற்றோருக்கு எல்லாம் விளங்கியது.

"அது வந்து நேரடியாக ஆர்த்தி கிட்டயே கேட்டுக்கோங்க ஏன்னா புள்ள மனசுல என்ன இருக்கிறது என்று தெரியாமல் முடிவு எடுக்க வேணாம்" என்று ஆர்த்தியின் அம்மா கூற...

மனதில் தைரியத்தை வரவழைத்து பேசத்துவங்கினாள் ஆர்த்தி.

"ஆண்டி, ராகவியோட சேர்ந்து வாழ அர்ஜுன் ஆசைப்படுற மாதிரி எனக்கு தோன்றுது.. கண்டிப்பாக அவரு இந்த கல்யாணத்துக்கு ஒத்துக்க மாட்டாரு. அதனால இந்த கல்யாணம் நடக்காது.." என்றாளே பார்ப்போம் பட்டென்று..

"எ.. என்ன ராகவியோட சேர்ந்து வாழப்போறானா?" என்றார் ஆச்சரியத்துடன் காந்திமதி.

"ஆமாம். அப்படி தான் தோன்றுகிறது. விடுங்கள் ஆண்டி அவர் விருப்பப்படி வாழட்டும். இதுல உங்கள் பேத்தி அருவியோட வாழ்க்கையும் அடங்கியிருக்கு அதனால எனக்கு இந்த கல்யாணம் வேண்டாம்" என்று கூற...

காந்திமதி அப்போது தான் தன் தவறை உணர்ந்தார். என் பிள்ளையை பற்றி நினைச்ச எனக்கு என் பேத்தியை பற்றி நினைக்கவேயில்லை.. ச்ச... என்று தனக்குள் நொந்து கொள்ள..

"சாரி மா ஆர்த்தி. இதையெல்லாம் யோசிக்காமல் சுயநலமா இருந்துட்டேன். அப்ப நான் கிளம்புறன்" என்று தன் கையில் இருந்த காபி டம்பளரை ஆர்த்தியிடம் தந்துவிட்டு கிளம்பினார்.

உள்ளே தன் அறையுனுள் புகுந்து கொண்டு,

'அர்ஜுன்.... என் வாழ்வில் பவித்ரன் அப்படிங்கிற கேரக்டர் வந்த அப்றம் தான் உன் மேல உள்ள காதலே அதிகமாச்சு. இன்னொருத்தர் என்கிட்ட நெருங்கும்போது தான் உன்னை விட்டு நான் எவ்வளவு விலகியிருக்கேன்னு புரியுது. இப்ப உங்கள் அம்மா படியேறி பொண்ணு கேட்டப்ப கூட உன் வாழ்க்கை உன் விருப்பப்படி அமையணும் என்று தான் அப்படி சொன்னேன். அதே சமயம் என்னோட காதல் தான் நிறைவேறல அட்லீஸ்ட் பவித்ரன் ஆச்சும் சந்தோஷமா காதல் நிறைவேறிய த்ரிப்தியில் வாழட்டும்' என்று மனதினுள் குமுறிக்கொண்டு தலையனையை அணைத்தவாறு படுத்துக்கொண்டாள்.

....

அன்றிரவு அறையில் அந்த ஊட்டியின் குளிரில் இருவரும் நெருப்பு மூட்டிய இடத்தில் கைகளை காட்டி சூடு வாங்க அந்த இதமான சூட்டில் அதனருகில் நாற்காலியில் அமர்ந்து கொள்ள....

"அகில்..."

"என்ன கீர்த்தி?"

"இந்த தேன்நிலவுக்கு வந்தகுல இருந்து நானும் பார்க்கிறேன். எங்க குழந்தைகளை பார்த்தாலும் தூக்கி கொஞ்சனும் போல ஆசையா இருக்கிறது. மனசுல என்னையறியாமல் குழந்தை பற்றி ஆசை வந்துடுச்சு போல.. இனிமேலும் நான் தாமதிக்கிறது நல்லதல்ல..."

"அதனால..."

"அதனால.. நம்ப இரண்டு பேரும்.."

"இரண்டு பேரும்?" என்றான் புருவத்தை உயர்த்தியப்படி.

"நான் சொல்றது உங்களுக்கு புரியலையோ?" என்றாள்.

"ஹாஹா... புரியாமலா உன்னை ஹனிமூன் கூட்டிட்டு வந்துருக்கேன்" என்றான் அவளை எதிர்நோக்கியபடி.

அவள் சற்றும் எதிர்பாராத அந்த நொடி அவள் இதழ்களை சிறைப்பிடித்தான். மேலும் இருந்த கொஞ்ச நஞ்ச குளிரும் உடல்சூட்டில் அடங்கியது. இவர்கள் இருவரும் அந்த இரவை இனிமையோடு கழித்தனர். விரைவில் பெற்றோர் ஆகிவிடும் முயற்சியில் ஈடுபட்டனர். திருமணம் ஆன எல்லோரும் தன் அடுத்த கட்ட வாழ்க்கையான மகப்பேறு விஷயத்தில் கவனம் செலுத்துவது இயல்பு தானே. விரைவில் கடவுள் இவர்களை குழந்தை பாக்கியம் பெற ஆசிர்வதிக்கட்டும்.

மறுநாள் காலை கதிரவன் தன் பிரகாசத்தை வரவழைத்து கொண்டிருந்த நிலையில் இருவரும் எழுந்து மடமடவென குளித்து முடித்து, மேலும் சில இடங்களை சுற்றி பார்க்க சென்றனர். இந்த அழகான மலைப்பகுதிக்கு

வந்த தம்பதிகள் யாவும் அதனை பார்த்து பிரமிக்காமல் போனதில்லை.

ஆம். ஊட்டியின் அழகை கவிதை வடிவில் விவரிக்காமல் இருந்தாலும், அதனை ரசித்த அனுபவங்கள் மனதில் காட்சியாக ஓடிக்கொண்டிருக்கும். அப்படி தான் இவர்களுக்கும். அந்த மெழுகு மியூசியம் சென்று புகைப்படம் எடுத்துக்கொண்டு, பிறகு வெளியே வந்து ஒரு ப்ளாக் டீ குடித்துவிட்டு மீண்டும் சுற்றி பார்க்கும் படலத்தை துவங்கினர்.

"அகில்"

"என்ன கீர்த்தி?"

"நம்ப இங்கேயே இருந்திடலாமா?"

"ஹாஹா... ஏன் இந்த ஊட்டி உனக்கு அவ்வளவு பிடிச்சிருக்கா?"

"ம்ம்ம்... நீங்க என் பக்கத்தில் இருக்கிறதுனால இந்த ஊட்டி இன்னும் அழகான இடமாக தெரியுது" என்றாள் வெட்கத்துடன்.

அகிலின் மனதில் அந்த காதல் பாடல் ஒலித்துக்கொண்டிருந்தது..

"மழையே... மழையே தூவும் மழையே இது காதல் தானா" என்று.

அவளை கட்டியணைத்து நெற்றியில் முத்தம் பதித்தான்.

அத்தியாயம் — *24*

பவித்ரனின் வாழ்வில் ஏனோ திடீர் மாற்றம்.. ஆம், தனது ஷார்ட் ஃபிலிம் வெற்றிகரமாக யூடியூப் சேனலில் ஓடிக்கொண்டிருக்கும் நிலையில் அதனை கண்ட பிரபல டைரக்டர் தனது படத்தில் ஒளிப்பதிவாளராக வாய்ப்பு கிட்டியது ஷூட்டிங் ஷிமோகாவில் நடைப்பெற உள்ளதால் விமானம் மூலமாக பெங்களூர் சென்று பின்பு அங்கிருந்து காரில் ஷிமோகா வரை பயணம் செய்ய நேரிட்டது.

எனவே உடனடியாக சென்னையிலிருந்து பெங்களூர் செல்ல வேண்டிய கட்டாயம். அந்த ஷார்ட் பிலிம் முடித்ததிலிருந்து சில நாட்கள் சென்னையில் தங்கிவிட்டதால் இந்த பயணம் அவனுக்கு சுலபமாயிற்று.

சென்னை விமான நிலையத்தில் காத்துகிடக்க அவனது குழு வர தாமதமாயிற்று. என்ன செய்யலாம் என்று யோசிப்பதற்குள் ஆர்த்தியிடமிருந்து போன் வந்தது.

"ஹலோ.... பவித்ரன்"

"சொல்லு ஆர்த்தி"

"உங்கள் கிட்ட கொஞ்சம் பேசணும்"

"எதைப் பற்றி?"

"எல்லாம் கல்யாணம் பற்றி.. வாங்களேன் நேரில் பேசுவோம்" என்று இடத்தை சொல்லிவிட்டு போனை வைக்க அதற்குள் அவனது குழு வந்துவிட அனைவருமாக போர்டிங் பாஸ் காண்பித்து உள்ளே நுழைய....

அவனது சிந்தனை தற்போது ஆர்த்தியின் மீது இருந்தது.

'அவ என்ன சொல்ல காத்திருக்கா? நம்ம பெங்களூர் போய்கிட்டு இருக்கோமே இப்ப எப்படி அவளை மீட் பண்றது?' என்று மனதில் கூறிக்கொண்டான். பெங்களூர் விமானமும் புறப்பட்டது.

ஆர்த்தியோ அந்த பூங்காவில் அவனுக்காக காத்துக் கிடந்தாள். அவரு கிட்ட எப்படியாவது என்னோட காதலை சொல்லிடணும். ஆமாம் இப்பவும் சொல்லவில்லை என்றால் இனி எப்பவுமே சொல்ல முடியாது. வீட்டில் பேசின மாதிரி இவரை கல்யாணம் பண்ணி சந்தோஷமாக வாழனும் என்றெல்லாம் மனதில் அலவலாவிக்கொண்டிருக்க...

அவன் வருகையை எதிர்பார்த்தவளுக்கு ஏமாற்றம் மிஞ்சியது. எப்படி வருவான் அதான் விமானத்தில் பறந்து கொண்டல்லவா இருக்கிறான். காத்து காத்து நேரம் மாலை 5.30 ஆனது...

"ச்சு இவரு ஏன் இப்படி பண்றாரு?" என்று நொடித்துக்கொள்ள மீண்டும் அவனுக்கு அழைப்பு விடுத்தாள். அவன் அழைப்பு எடுக்கவில்லை, வீட்டிற்கு நொந்து கொண்டு வந்தாள்.

"வா... ஆர்த்தி" என்றபடி வரவேற்றார் பவித்ரனின் தாய்.

"அத்தை... எப்படி இருக்கீங்க?"

"நல்லா இருக்கேன் டா கண்ணு. சரி சீக்கிரம் புடவை மாத்திட்டு வா. உன் தலையில் பூ வைத்து விடுறன். பூ வச்சு முறையா தாம்பூலம் மாத்திக்கனும்" என்று கூற..

"பூ... தாம்பூலம்" என்று முனவ

"அட என்ன பாக்குற உன்னை என் பையனுக்கு நிச்சயம் பண்ண வந்துருக்கேன். அவன் பெங்களூர் போயிருக்கான். சரி பரவாயில்லை செய்ய வேண்டிய முறையை செய்துவிட்டு கிளம்புவோம்னு வந்தேன்."

"ரொம்ப நன்றி அக்கா, என் வீட்டில் பொண்ணை எடுத்து நம்ம உறவை தக்க வச்சிக்க நினைக்கிற உன்னோட அன்பு நினைக்கிறப்ப ரொம்ப பெருமையாக இருக்கிறது" என்று தன் சகோதரியிடம் கூறினார் ஆர்த்தியின் தந்தை.

"ஹாஹா ஏற்கனவே பேசினது தானே. கீர்த்தி கல்யாணத்துலயே பேசின விஷயம் தானே" என்று புன்னகையிக்க... இதையெல்லாம் காதில் வாங்கியபடி ஒருபுறம் அவள் நிற்க மறுபுறம் அவனின் நினைவுகளில் மூழ்கியிருக்க...

'அப்படினா பவித்ரன் ஊரில் இல்லையோ.. நாம முட்டாள் மாதிரி பார்க்ல காத்துட்டு இருந்தோமா. ஒரு வார்த்தை சொல்ல கூடாதா நம்ம கிட்ட.. அப்படினா சார் அம்புட்டு பிஸி' என்று நினைத்தவள்...

சேலையை மாற்றி வந்து மனையில் அமர அவளுக்கு தலையில் பூச்சூடி நிலங்கு வைத்து ஆசிர்வதித்து பின் பெரியவர்கள் தாம்பூலம் மாற்றிக்கொண்டனர்.

நாட்கள் உருண்டோடியது.

ஷூட்டிங் காரணமாக அவனால் இங்கு வரவே முடியவில்லை. இவளுக்கோ கோபம் தலைக்கேறியது. கோபத்தை அடக்கிக்கொண்டு தன் வேலையில் கவனம் செலுத்தினாள். இதற்கிடையில் தான் அர்ஜுன்

திருச்செந்தூரில் இருந்து சென்னைக்கு ராகவியை விட்டு செல்ல வந்தான்.

"ராகவி..."

"நான் அப்ப கிளம்புறன். நம்ம முறைப்படி கோவிலில் மறுதாலி கட்டி வாழ்க்கையை ஆரம்பிக்கணும். இதையெல்லாம் பெரியவர்கள் முடிவு பண்ணணும். அதுவரை நம்ப விலகி இருக்கனும்" என்று சொல்லி விடைபெற்று செல்ல.....

காரில் வந்துகொண்டிருக்க எதர்ச்சையாக ஆர்த்தி பணிபுரியும் ரேடியோ ஸ்டேஷனை கடந்து செல்ல நேரிட்டது. இறங்கி ஒருவார்த்தை பேசிட்டு போலாமே என்று தோன்றியது அவனுக்கு. ஒன்றுமில்லை ஒரே ஒரு வாழ்த்து சொல்லணும் அவ்வளவு தான் என்றபடி அவளை சந்திக்க உள்ளே செல்ல....

"வெல்கம், அர்ஜூன்" என்றாள் ஆர்த்தி.

"ம்ம்ம்.. தாங்க்யூ எப்படியிருக்க ஆர்த்தி?"

"ஐயம் குட்.. பார்த்தாலே தெரியல முகத்தில் கல்யாண கலை" என்றாள் சாதாரணமாக...

"ஆமாம் கூடிய சீக்கிரம் கல்யாணம் ஆகப்போகுதுல கங்க்ராட்ஸ்" என்றான் கைகளை நீட்டி. அவளோ எந்த கள்ளகபடம் இல்லாமல் சாதாரண தோரணையில் கை குலுக்கினாள்.

உரையாடல் மீண்டும் இரண்டு கப் காபியுடன் துவங்கியது.

"அப்றம் அர்ஜூன் ராகவி கூட சேர்ந்து வாழ ஆரம்பிச்சாச்சா?"

"ம்ம்ம் மனசளவுல"

"புரியல"

"முறைப்படி இன்னும் சேரல ஆனால் நாங்க மனசளவுல ஒத்துபோயாச்சு" என்றான் புன்னகையித்தபடி.

இந்த முறை கேள்வி அவன் கேட்க துவங்கினான்.

"பவித்ரன் உனக்கு ஓகேவா? இரண்டு பேரும் பழக ஆரம்பிச்சிட்டிங்களா?"

"ஹாஹா... நான் விலகி விலகி இருந்தபோது நெருங்கி வந்தாரு. ஆனால் நான் நெருங்க நினைக்கிறப்ப விலகி இருக்காரு"

"அது அப்படித்தான்.. இன்பேக்ட் என் விஷயம் அப்படித்தான். ராகவி பொஸஸிவா இருந்தபோது எனக்கு அது டார்ச்சரா இருந்துச்சு. ஆனால், இன்னைக்கு ஏதோ விலகி இருக்கிற மாதிரி இருக்கு"

"காதல் ஒரு சித்ரவாதை அர்ஜுன்... ஹாஹா ஆனால்.."

"ஆனால்?"

"அந்த வயசுல.. எந்த எதிர்பார்ப்பும் இல்லாமல் நம்ம காதலிக்கிறோம் அப்படிங்கிறத கூட சொல்லிக்காம மனசுக்குள்ளயே சந்தோஷத்தை அனுபவிச்சிக்கிட்டு சேன்ஸே இல்லை" என்றாள் மெய்மறந்தவளாய்.

இருவரும் பேசிக்காமல் சற்று மௌனமாகவே இருந்தனர். நேரம் கடந்து விட்டன...

"நான் கிளம்புறன்" என்றபடி விடைப்பெற்றான். ஏனோ நினைவுக்கு வந்தவளாய்..

"அர்ஜூன்" என்றாள்.

"சொல்லு ஆர்த்தி"

"ஒன்னுல... ஒரே ஒரு ரெக்வஸ்ட்"

"என்ன?"

"என்னோட கல்யாணத்துக்கு கண்டிப்பாக வரணும். நீ மட்டுமல்ல ராகவியும் தான். இனி நம்ம குட் ப்ரண்ட்ஸ்"

"ஹாஹா ஒகே" என்றான் நட்பாக கண்சிமிட்டியபடி.

...

அவ்வளவு சுலபமாக முதல் காதலை தூக்கிபோட்டு நட்பாகிட முடியுமா? அது சாத்தியமா? சாத்தியம் என்றால் இவர்களின் நட்பு செழிக்கட்டும்.

அத்தியாயம் — 25

(Final)

வருடங்கள் கடந்தன...

கீர்த்தி தன் குழந்தை வைபவ்வுடன் அறையில் உறங்கிக்கொண்டு இருக்க..

"குட் மார்னிங்" என்றபடி கையில் காபியுடன் எழுப்பினான் அகில். கண்களை கசக்கியவாறு எழுந்தவள்,

"என்ன அகில் நீங்க போய்.." என்றபடி காபியை வாங்கி சுவைத்தாள்.

...

இன்னொரு அறையிலிருந்து வெளியே வந்தாள் ராகவி நிறைமாதமாய். அதைக்கண்ட அர்ஜுன்,

"ஹலோ மேடம் எத்தனை வாட்டி சொல்லியிருக்கேன், அடிக்கடி இப்படி நடக்க கூடாதுனு இது புருஷன் ஆர்டர் இல்லை இந்த டாக்டர் அர்ஜுனோட ஆர்டர்" என்றான் நகைத்துவிட்டு.

இந்த காட்சியை ரசித்துக்கொண்டிருந்தாள் காந்திமதி. இந்த வீட்டில் இப்படி ஒரு தருணங்கள் நடக்கணும்னு தானே இவ்வளவு நாள் காத்துட்டு இருந்தேன் என்று தன் பேத்தி அருவியை ஸ்கூலுக்கு தயார் செய்து கொண்டிருந்தாள். செய்தித்தாள் வாசித்தவாறு அமர்ந்திருந்தார் காந்திமதி கணவர்.

ரொம்ப வருடம் கழித்து காந்திமதியின் வீடு இப்படி களை கட்டியது. திருச்செந்தூரில் இருந்த கவர்மென்ட் டாக்டர் உத்தியோகம் ராஜினாமா செய்துவிட்டு சென்னைக்கே வந்துவிட்ட நிலையில்..

"ராகவி மல்டி ஸ்பெஷாலிட்டி" என்ற பெயரில் மருத்துவமனையை துவங்கினான். விரைவில் ஒரு புதிய வீட்டிற்கு குடிபெயர உள்ளனர். நல்ல விஸ்தாரமான வீடு அது, லீஸுக்கு போட்டு போகவுள்ளனர். ஏனெனில் தற்போது வசிக்கும் வீடு சிறிய அளவில் அதுவும் அடுக்குமாடி குடியிருப்பில் குழந்தைகள் விளையாட சௌகரியம் இல்லாமல் இருப்பதால்.. தனி வீடு ஒன்றிற்கு குடிபெயர உள்ளனர். செட்டிநாடு கலாச்சார வடிவில் இருக்கும் அந்த வீடு. லீஸே 15 லட்சம் என்றால் பார்த்து கொள்ளுங்கள். அந்த வீட்டின் விஸ்தாரம் எப்படி இருக்கும் என்று.

அங்கு.

வணக்கம் மக்களே.. இதோ சிறந்த ஒளிப்பதிவாளருக்கான விருது நம்ப பவித்ரனுக்கு... வெல்கம் பவித்ரன் என்று அழைத்து விருது அளிக்கப்பட்டது விழாவில்...

விருதினை வாங்கியவன் மைக் வாங்கி பேசினான்.

"இந்த விருது நான் வாங்க முதல் காரணம் என் மனைவி ஆர்த்தி. அவள் தந்த ஊக்கம் தான் இவ்வளவு தூரம் கொண்டு வந்து விட்டுருக்கு" என்று நெகிழ்வுடன் கூறிவிட்டு காரில் பயணம் செய்தான்....

'இந்த பெயர் புகழ் எல்லாம் ஆர்த்தி மூலமாக எனக்கு நிறைய கிடைச்சிருக்கு. இன்னைக்கு நான் ஒரு சக்ஸஸ்ஃபுல் கேமரா மேன். ஆர்த்தி ஒரு பிரபல டி.வி.

சேனலில் தொகுப்பாளி.. ஆனால் எங்கள் திருமண வாழ்வில் ஒன்று மட்டுமே நடக்கவில்லை...

ஆம் இன்னும் குழந்தை பாக்கியம் இல்லை' என்று நினைத்தவனுக்கோ கண்களில் நீர் ததும்பியது.

வீட்டிற்குள் வந்து நுழைந்தான். கையில் சூடான டீ கோப்பையுடன் நின்றிருந்தாள் ஆர்த்தி.

"என்ன பவித்ரன் கண்கள் எல்லாம் வியர்த்தது போல" என்றாள் கிண்டலாக.

"அதெல்லாம் ஒன்னுமில்லை.. இவ்வளவு சக்ஸஸ்புல் நபர்களாக வலம் வரும் நமக்கு இன்னும் குழந்தை இல்லையே ஆர்த்தி" என்றான் கட்டியணைத்து...

"ரிலாக்ஸ் பவித்ரன்..."

"இந்த விஷயம் மட்டும் தான் உருத்தலா இருக்கு ஆர்த்தி"

"ஹாஹா ஒரு காலத்துல நான் கிடைப்பனா என்று ஏங்குனீங்க. இப்ப எல்லாம் கிடைச்ச உடனே இல்லாத விஷயத்தை பற்றி யோசிக்கிறீங்க. விடுங்க பவி"

"எப்படி உன்னால ஈஸியாக எடுத்துக்க முடியுது" என்றான் வியப்பாக.

"சிம்பிள். எதிர்பார்ப்புகளை விட்டுடுங்க பவித்ரன். எல்லாமே ஈஸியாக போயிடும். ஒரு சாதாரண போட்டோகிராபராக இருந்த நீங்க இன்னைக்கு ஒரு விருது வாங்கின ஒளிப்பதிவாளர். ஒரு சாதாரண ஆர்.ஜேவாக இருந்த நான் இன்று டி.வி சேனலில் தொகுப்பாளர். இதெல்லாம் எப்படி நடந்தது? எல்லாமே நம்ம முயற்சி தானே? அதுக்கும் மேல லக்குனு ஒன்று இருக்கிறது.

குழந்தை விஷயத்தில் கூட அப்படி தான்.. லக்குனு ஒன்று இருக்கு பவித்ரன்...." என்று இயல்பாக அவள் சொன்ன வார்த்தைகள் அவனுக்கு மனசு லேசாக்கியது...

மனைவியை கண்களால் எதிர்நோக்கியவன் அவள் கைகளை பற்றிக்கொண்டு,

"ஆர்த்தி நீ இல்லைனா நான் ஒன்றுமே இல்லை.. நீ இல்லாத ஒரு வாழ்க்கை வெறுமையாக இருக்கும். எப்பவுமே நீ என்கூட இருந்தா அதுவே போதும்" என்றான்...

40 வயதிலும் இளமை ஊஞ்சலாடுவது போல நேர்த்தியான உடல் அமைப்பும், தீர்க்கமான குரலும் கொண்டவனாய் பவித்ரன் இருக்க...

அதே போல ஆர்த்தியும் வசிகரமான புன்னகை முகத்துடன் இருக்க...

இவர்கள் ஒன்று சேர்ந்த நிகழ்வு கடவுள் போட்ட முடிச்சு. இந்த முடிச்சு தான் கடைசி வரை அவிழாமல் இருக்க வேண்டும்....

இந்த வாழ்க்கை மேலும் சிறக்க இவர்கள் ஆசைப்பட்டபடி குழந்தை பேறு அமையவேண்டும். இதற்கு தீர்வுகானவே இருவரும்,

"ராகவி மல்டி ஸ்பெஷாலிட்டி" மருத்துவமனை வாசலில் காரை நிறுத்தினர்.

தம்பதிகள் இருவரையும் பரிசோதித்தனர் மருத்துவர்கள். பிறகு "சீஃப் டாக்டர் அர்ஜூனை" மீட் பண்ணுங்க என்று கூறவே இருவரும் அர்ஜூன் கேபினை நெருங்கினர்.

"வாங்க மிஸ்டர் பவித்ரன் அண்டு ஆர்த்தி" என்றான் அர்ஜுன்.

"டாக்டர்.... அது வந்து" என்று சொல்ல, குறுக்கிட்ட அர்ஜுன்,

"ஆர்த்தி.. என்னை நீங்க அர்ஜுன் என்றே கூறலாம்" என்றான் புன்னகையித்தபடி.

"ஓகே அர்ஜுன்"

ரிப்போர்ட் பார்த்தவன் ஒன்னும் பிரச்சினை இல்லை ஆர்த்தியிற்கும் உங்களுக்கும். ஒரு சின்ன லேப்ரோஸ்கோபி சர்ஜரி மட்டும் பண்ணணும் ஆர்த்தியிற்கு என்று சொல்லிவிட்டு அனுப்பிவைத்தான்.

அவன் அறுவை சிகிச்சை நிபுணர் அல்லவா அதை அவனே குழுவுடன் செய்து முடித்தான். ஒரு நண்பனாய் அவளுக்கு ஆறுதலும் கூறினான்.

"ஆர்த்தி எதற்கும் கவலை வேண்டாம் சீக்கிரமே நீ தாயாகிடுவ" என்ற கரிசனை அவளுக்கு மிகவும் ஆறுதல் அளித்தது. எல்லாம் முடிந்து வீட்டிற்கு திரும்பினாள் ஆர்த்தி பவித்ரனுடன்.

என்ன தோன்றியதோ தன் வயிற்றை வருடியவள்.

'சீக்கிரமே இந்த வயிற்றினுள் ஒரு குட்டி தேவதை வந்தாள் எவ்வளவு நல்லாருக்கும்' என்று சிரித்து கொண்டாள்.

அவளை பின்னாடியிலிருந்து அணைத்து,

"ஏன்.... குட்டி இளவரசன் தான் வரட்டுமே" என்றான் காதோரம்.

"இல்லை இல்லை தேவதை தான்."

கர்ப்பம் ஆகுவதற்கு முன்பே தம்பதியர் இருவரும் இவ்வளவு கனவு காண துவங்கினர். கர்ப்பம் ஆகிவிட்டால் உலகத்தையே கைக்குள் கொண்டு வருவார்கள் போலும்.

ஆர்த்தி - பவித்ரன் வாழ்க்கை சிறக்கட்டும்.

....

முடிவுற்றது.

இந்த கதையின் மூலம் நாம் கற்றவை என்ன?

வாழ்க்கை என்பது அவரவருக்கு இறைவன் விதிக்கும் விதியின் அடிப்படையில் இருக்கிறது. நாம் எதிர்பார்ப்பது எல்லாம் நடந்துவிடுவதுமில்லை... நடக்காமல் இருப்பது எவையும் கடைசிவரையில் நடக்காமல் இருப்பதுமில்லை. நேரம் அமையும் போது எல்லாம் நடந்தே தீரும்.

நன்றி வணக்கம்.

www.ingramcontent.com/pod-product-compliance
Lightning Source LLC
LaVergne TN
LVHW042050051026
849517LV00012B/679
9789389959345